ஸ்ரீ

ஷண்மத மந்திரங்கள்
षण्मत मन्त्राः

*

தொகுப்பாசிரியர்

முனைவர் இராமமூர்த்தி ந.

M.Sc., B.G.L., CAIIB, CCP, DSADP, CISA, PMP, CGBL, Ph.D.

*

தலைப்பு: ஷண்மத மந்திரங்கள்
षण्मत मन्त्रा:

முதல் பதிப்பு: நவம்பர் 2015
இரண்டாவது பதிப்பு: நவம்பர் 2015

தொகுப்பாசிரியர்: முனைவர் இராமமூர்த்தி ந.
http://ramamurthy.jaagruti.co.in/

ISBN (13): 978-93-82237-12-9

ISBN 978-93-82237-12-9

9 789382 237129 >

பக்கங்கள்: 145

*****

பொருளடக்கம்

*****

சமர்ப்பணம்

கடந்த 50 வருடங்களுக்கும் மேலாக நமது ஸனாதன தர்மத்தை உலகம் முழுவதும் பரவச் செய்து, வேதாந்த கருத்துக்களை எளிய நடையில் பாமரரும் அறியும் வண்ணம் எடுத்துச் சென்று, கடந்த மாதம் தனது பூத உடலை நீத்த பூஜ்யஸ்ரீ தயானந்த ஸரஸ்வதி ஸ்வாமிகளின் தெய்வீக பொற்பாத கமலங்களில் இப்புத்தகம் சமர்பிக்கப் படுகிறது. அவரது பரிபூரண நல்லாசிகள் அனைவருக்கும் குறையின்றி கிடைக்கும் என்பதில் எள்ளளவும் சந்தேகமில்லை.

<u>அன்பு நிறைந்த பக்தகோடிகளுக்கு ஓர் அன்பு வேண்டுகோள்</u>

கரூர் மாவட்டம், குளித்தலை, அய்யர்மலையில் அமைந்துள்ள ஸ்ரீவித்யா மஹாஸெளபாக்ய பராம்பிகா பீடத்தின் திருப்பணிகள் அம்பாள் திருவருள் கருணையினால் இனிதே நடைபெற்று வருகின்றது. வருகின்ற 2016 இத்திருப்பணியை முடித்து கும்பாபிஷேகம் செய்ய உத்தேசித்துள்ளது. இந்தப் புண்ணிய கைங்கர்யத்தில் தாங்களும் பங்கு கொண்டு தங்களால் இயன்ற பொருளுதவியினை அளித்து பராம்பிகா தேவியின் திருவருள் கருணைக்குப் பாத்திரராகும்படி அன்புடன் கேட்டுக் கொள்கிறோம். தாங்கள் அளிக்கும் நன்கொடைகளுக்கு <u>வருமான வரி</u> 80G பிரிவின் கீழ் விலக்கு உண்டு.

பக்தர்கள் <u>ஸ்ரீஸ்ரீ ப்ரணவானந்த ஸ்வாமிகளைத்</u> தொடர்பு கொள்ள:
ஸ்ரீவித்யா மஹாஸெளபாக்ய பராம்பிகா ட்ரஸ்ட்,
260/A **கிரிவலம் சாலை**, அய்யர்மலை, சிவாயம் P.O.,
குளித்தலை 639 120
கைபேசி: +91 98945 84175 +91 88070 33126
மின்னஞ்சல்: Pranavaanundhaswamigal@gmail.com

*****

தஇேவானந்த ஸரஸ்வதி சுவாமி

தயானந்த ஸரஸ்வதி சங்கராச்சாரியாரின்

வியாசபர்ணக சாலை

லட்சுமி தோட்டம், ஆனைமலை - 642 104 பொள்ளாச்சி வட்டம், கோவை மாவட்டம்.

வாழ்த்துரை

ஸனாதன தர்மம் என்னும் ஆலவிருட்சத்தில் வேதம் என்னும் அடிமரம், ஷண்மதம் என்னும் விழுதுகள் கொண்டு வேரூன்றி நிற்கிறது. எனவே இந்து ஸனாதன தர்மத்தின் கோட்பாடுகளைத் தாங்கி நிற்கும் 6 (ஆறு) நிலைப்பாடுகளும் சமமே என முழுமையாக உணர்ந்தவரால்தான் ஏற்றுக் கொள்ள முடியும். மற்றவர் யானை பார்த்த குருடர்கள் போல் சைவம் என்றும், கௌமாரம் என்றும், **காணபத்யம்** என்றும், செளரம் என்றும், வைணவம் என்றும், ஶாக்தம் என்றும் தனித்தனியே ரசிகர் மன்றம் போல் பிதற்றுவர். ஆனால் முழுமையைத் தான் அறிந்தும் மற்றவர்கள் அறியும் பொருட்டும் யான்பெற்ற இன்பம் பெருக இவ்வையகம் என்று பேதங்கள் ஒழித்து பெருநிலை அடைந்திட ஶாக்த சக்ரவர்த்தியாய் ஆறு மதத்தின் அடிப்படை வழிபாட்டு முறைகளை வெளியிடுவதில் மட்டற்ற மகிழ்ச்சி அடைகிறேன். ஶாக்த சக்ரவர்த்தி ஸ்ரீஸ்ரீ ப்ரணாவனந்த ஸ்வாமிகள் இனி ஷண்மத சக்ரவர்த்தி ஆக வாழ்த்துகிறேன்.

இப்படிக்கு

தஇேவானந்த ஸரஸ்வதி

*****

*Swāmi Śivātmānanda
Saraswati*
*Viṣwa Brāhmana Mahā
Sansthān* Mutt
Gnānananda Aśram,
Nandi Hills
Chikbellapur District
Karnataka

ஆசியுரை

By virtue of his various efforts in promoting spirituality, Dr. Ramamurthy is a well-known personality among the Tamil speaking population in Chennai. He is a multi-faceted scholar. He is an ardent disciple and very close to ***Pūjya Śrī Praṇavānanda jī Maharāj*** who is a *Śrīvidyā Upāsaka*. It is *Pūjya Swāmiji* who introduced me to Dr.Ramamurthy. Dr. Ramamurthy is a simple and spiritually oriented person.

Now, Dr. Ramamurthy has completed a herculean task of compiling all the *mūla mantras* of the *Ṣaṇmatas*, namely, *Gāṇapatyam, Koumāram, Śaivam, Vaiṣṇavam, Souram* and *Śāktam.*These religions were established by none other than *Śrī Ādi Śaṅkara.* This compilation is in the form of a book called ***"Ṣaṇmata Mantras".*** This book would be extremely useful to purohits, vedic scholars and general public who are spiritually inclined. This act of Dr. Ramamuthy's in bringing together all the *mūla mantras* in one book is a commendable effort.

We pray that may Dr. Ramamurthy bring out more such books for the benefit and progress of the spiritual people.

Nārāyaṇa Smaraṇe

Nandi Hills
12/11/2015   *(Swāmi Śivātmānanda Saraswati)*

*****

அறிமுகம்

गुरुर्ब्रह्मा गुरुर्विष्णुः गुरुर्देवो महेश्वरः । गुरुसाक्षात् परंब्रह्म तस्मै श्री गुरवे नमः ॥

दत्तात्रेय हरे कृष्ण उन्मत्तानन्द दायक ।
दिगंबर मुनें बाल पिशाच ज्ञान सागर ॥

शान्तं दान्तं तपो निष्टं शान्तानन्द गुरूद्वहम् ।
भजामि यतीनां श्रेष्टं अवधूतमहर्निशम् ॥

नमस्तुभ्यं प्रणवानन्द अवधूत महामुनें ।
नित्य मङ्गल दात्रे च शिष्य सन्तोष दायिनें ॥

"ஏகமேவ அத்விதீயம் ப்ரம்மம்" என்பது வேத வாக்கு - ப்ரம்மம் ஒன்றே, இரண்டல்ல என்பதே அதன் பொருள். ஒன்றே குலம், ஒருவனே தேவன் - என்று கூறுகிறார் திருமூலர். பரப்ரம்மம் ஒன்றே. பரமாத்மாவும் ஒன்றே. அவரவர் சவுகரியத்திற்காக, அவரவர் இஷ்டப்படி, அவரவர் சிந்தனைக்கேற்ப, ஒரு உருவம் கொடுத்து வணங்கி வருகிறார்கள். நிர்குண ப்ரம்மத்தை அடையும் வழியில், ஸகுண உருவம் ஒரு பழகும் சாதனமாக அமைகிறது. சைக்கிள் ஓட்ட பழகும் வரை மற்றவர் துணை வேண்டியுள்ளது. அதேபோல் ஒருவர் மனது பண்படும் வரை இவ்வாறான உருவங்கள் தேவையே. உருவமற்ற ப்ரம்மத்தை த்யானித்து கடைசியில் அத்துடன் ஒன்றாக கலப்பதே இவ்வாறான பூஜா வழிமுறைகளின் குறிக்கோள். அந்த குறிக்கோளை-யடைய எந்த வழியைப் பின் பற்றினாலும் சரியே.

இந்த சம்சார சாகரத்தில் உழலும் வரை அவரவர்க்கு வேண்டிய தேவைகளை - அது பணமாக இருந்தால் லக்ஷ்மீ தேவி, படிப்பாக இருந்தால் சரஸ்வதி தேவி, அன்னமாக இருந்தால் அன்னபூரணி, குழந்தை பாக்கியம் வேண்டில் சந்தான கோபாலன், இவ்வாறு பலப்பல உருவில் வேறு வேறு மந்திரங்களாலும், ஹோமங்களாலும், பூஜா முறைகளாலும் பகவானிடத்-தில் வேண்டிக் கொள்கிறார்கள். முழு நம்பிக்கை-யிருந்தால் அவரவரது இச்சை நிச்சயம் பூர்த்தியாகும்.

நமது ஸனாதன தர்மமாகிய ஹிந்து மதத்தை ஸ்ரீ ஆதி ஸங்கர பகவத்பாதாள், ஷண்மதமாக பிரித்து வகுத்துக் கொடுத்துள்ளார்கள். அவை

- **காணபத்தியம்** - **கணபதியை ப்ரதானமாக** வழிபடுவது
- கௌமாரம் - குமாரனை (ஸுப்ரமணியர்) ப்ரதானமாக வழிபடுவது
- ஸாக்தம் - ஸக்தியை ப்ரதானமாக வழிபடுவது
- சைவம் - சிவனை ப்ரதானமாக வழிபடுவது
- வைஷ்ணவம் - விஷ்ணுவை ப்ரதானமாக வழிபடுவது
- சௌரம் - சூரியனை ப்ரதானமாக வழிபடுவது

இக்கடவுளர்கள் வழிபாடுகள் முன்பே இருந்த போதிலும், ஸ்ரீ ஆதி ஸங்கரர், ஒரு முறைபடுத்தி, வரைமுறைக்குள் கொண்டு வந்தார். இந்த ஆறு மதங்களும் ஹிந்து மதத்தின் கிளை மதங்களாகக் கருதப் படுகின்றன. பிற்காலத்தில் இந்த ஆறு கிளை மதங்களிலும் இல்லாத 'ஸ்மார்த்தர்கள்' என்ற ஒரு கிளை மதம் போல் தோன்றி, அது ஒரு விதத்தில் சைவ மதத்தோடு இணைந்து நோக்கப் படுகிறது. ஒரு கண்ணோட்டத்தில் அனைத்துக் கடவுளர்களையும் ஸம அர்த்தத்தில் நோக்குவதால் இவர்கள் ஸ்மார்த்தர் என்றழைக்கலாம்.

இந்த ஷண்மத கடவுளர்கள் ஒவ்வொருவரிலும் பலவித **பேதங்கள்** காணப்படுகின்றன. இவ்வாறான **பேதங்கள்** உருவம், குல வழக்கம், **தேச** வழக்கம், **பக்தனுடைய** தேவை - இவற்றைப் பொருத்து வேறுபடுகின்றன. உதாரணமாக:

- **கணபதி** - மஹா **கணபதி**, உச்சிஷ்ட கணபதி, வல்லப **கணபதி**, **சித்தி புத்தி** கணபதி, இரு கைகளுடன் **கணபதி**, ஐந்து தலைகளுடன் **கணபதி** மற்றும் பலப்பல

- ஸுப்ரஹ்மண்யர் - முருகன், குமாரன், பால ஸுப்ரஹ்மண்யர், தேவசேனாவுடன் கூடிய ஸுப்ரஹ்மண்யர், வள்ளியுடன் கூடிய ஸுப்ரஹ்மண்யர், சூரனை சம்ஹரித்த பிரம்மச்சாரி ஸுப்ரஹ்மண்யர் - இவ்வாறாக

- ஶிவன் - **ருத்ரன்**, ஶிவன், **சரபேஶ்வரர்**, **பைரவர்**, அர்**த்த**நாரீஸ்வரர், ஶங்கர நாராயணர், மேலும் பல

- விஷ்ணு - அரங்கநாதன், ஸ்ரீநிவாசன், ராமர், கிருஷ்ணன், நரசிம்மன் - எண்ணிலடங்கா பெயர்கள்

- ஶக்தி - **துர்கா**, அஷ்டலக்ஷ்மீ, ஸரஸ்வதீ, சாமுண்டி, தஶமஹா வித்யா, புவனேஸ்வரீ, த்ரிபுரசுந்தரீ, ஷோடஸீ, மஹாஷோடஸீ, பராஷோடஸீ - இவ்வாறு ஆயிரக்கணக்கில்

மேலும், மேற்கண்ட வரைமுறைக்குள் வராத, குலதேவதைகள், கிராம தேவதைகள், ஐயப்பன், சந்தோஷி மாதா, குபேரன், போன்ற தெய்வ வழிபாடுகளையும் நாம் புறக்கணிக்க இயலாது.

எந்த ஒரு தேவதையையும் மூர்த்தி - யந்த்ரம் - மந்த்ரம் - என மூன்று நிலைகளில் ஆராதனை செய்வதற்கான அனுஷ்டான க்ரமங்களை நம் ஸாஸ்த்ர க்ரந்தங்கள விரிவாக விளக்குகின்றன. இதில் மூர்த்தி என்பது சித்திரம் அல்லது பிம்பங்களில் நாம ஆராதிக்கும் அவயவங்களுடன் கூடிய தேவதையின் ஸகுண ஸ்தூல வடிவம், யந்த்ரம் என்பது உருவத்திற்கும் அருவத்திற்கும் இடைப்பட்ட நிலையான வரிவடிவங்களாலான ஸூக்ஷமரூபம். அடுத்த நிலையில் தேவதைகளின் சப்தவடிவமான (ஒலி வடிவமான) மந்திரங்கள். இது ஸ்தூலமாக பிம்பங்களிலும், ஸூக்ஷமமாக யந்திரங்களிலும் நாம்

ஆராதிக்கும் தேவதையின் அதிஸூக்ஷ்மமான வடிவமாகும்.

"யந்த்ரம் மந்த்ரமயம் ப்ரோக்தா மந்த்ராத்மா **தேவதேரிதா**" "यन्त्रं मन्त्रमयं प्रोक्तं मन्त्रात्मा देवतेरिता" - யந்த்ரம் என்பது மந்த்ரமயம் என்றும், மந்த்ரமே **தேவதை** என்றும், இந்த மூன்று நிலைகளுக்கும் எந்த விதமான **பேதமுமில்லை** என பல இடங்களில் ஸாஸ்த்ரங்கள் உறுதியாகக் கூறுகின்றன. இதற்கு சான்றாக ஸ்ரீ லலிதா ஸகஸ்ரநாமத்தில் மூலமந்த்ராத்மிகா - मूलमन्त्रात्मिका (88), மூல கூடத்ரயகலேபரா - मूलकूटत्रयकलेबरा (89), ஸர்வமந்த்ரஸ்வரூபிணீ - सर्वमन्त्रस्वरूपिणी (204), மாத்ருகாவர்ணரூபிணீ - मातृकावर्णरूपिणी (577), மந்த்ரஸாரா - मन्त्रसारा (846) போன்ற நாமாக்களால் அம்பாள் மந்த்ர ரூபமாக இருக்கிறாள் என்று அறுதியிட்டு கூறுகின்றது.

"ஸப்தகோடி மஹாமந்த்ரா: ஶிவவக்த்ராத் வினிர்கதா:" "सप्तकोटि महामन्त्रा: शिववक्त्राद्विनिर्गता:" - மந்திரங்கள் ஸப்தகோடி என ஸாஸ்த்ரங்கள் கூறுகின்றன. இவ்வாறு தமது ஆழ்நிலை **த்யான** நிலையில் மந்திரங்களைக் கண்ட ரிஷிகளை மந்த்ர த்ரஷ்டாக்கள் என்று அழைக்கிறோம். இவ்வாறான மந்திரங்களை அந்த ரிஷிகள் தகுதியுள்ள தமது சிஷ்யர்களுக்கு வாய்மொழியாக உபதேசித்து இன்று வரை நமக்கு அது கிடைத்து வருகிறது.

இந்த ஷண்மத கடவுளர்களுக்கும் உரிய மந்திரங்களும், சற்று விரிவாக ஶக்தி மந்திரங்களும், இப்புத்தகத்தில் கொடுக்கப் பட்டுள்ளன. **தத்தாத்ரேய** மந்திரங்கள் சிலவும் கோடிட்டுக் காட்டப் பட்டுள்ளன.

மந்திரங்களை சரியான உச்சரிப்பிற்காக சமஸ்க்ருதத்திலும் கொடுக்கப் பட்டுள்ளன. சம்ஸ்க்ருதம் படிக்கத் தெரியாவர்கள் தமிழில் பார்த்துப் படிக்கலாம். ஆயினும் சரியான உச்சரிப்பை புரிந்து படிப்பது நல்லது.

சாதாரணமாக, இவ்வாறான மந்திரங்கள், மிகவும் ரகஸியமானவை, அவற்றை திறந்த புத்தகத்தில் கொடுக்கலாமா என்ற கேள்வி எழலாம். வேத மந்திரங்களே ரகசியமானவை தான் - ச்ருதி, ஸ்ம்ருதி என்றுதான் அவற்றை அழைக்கிறோம். அவை, முன் காலத்தில் வாய்வழியாகத்தான் கற்றுக் கொடுக்கப் பட்டு காதால் கேட்டு, மனனம் செய்து, நினைவில் நிறுத்தி வைக்கப் பட்டன. ஆனால் இக்காலத்தில் அனைத்தும் புத்தக வடிவில் வந்து விட்டன - குறுந்தகடுகளிலும் எல்லா இடங்களிலும் ஒலிக்-கின்றன. இவ்வாறான புத்தகங்கள் தவறில்லாமல் படிக்க சவுகரியமாக இருக்கும். அதே சமயம் குருமுகமாகத்தான் கற்றுக் கொள்ள வேண்டும். மந்திரங்கள் குருவினிடத்தில் உபதேசம் பெற்றே ஜபிக்க வேண்டும். தவறின்றி படிக்க உபயோகமாக இருக்கட்டும் என்ற ஒரே நோக்கம்தான் இப்புத்தகம்.

இந்த மந்திரங்களை வர்ணம் மற்றும், ஆண்/ பெண் **பேதமின்றி** அனைவரும் **பக்தியுடன்** ஜபித்து **குருவருளை** பெறலாம் என்று ஸ்ரீஸ்ரீ வித்யாரண்ய ஸ்வாமிகள் ஆணித்தரமாகக் கூறியுள்ளார்கள்.

இப்புத்தகத்திற்கு வரைமுறைகள் கொடுத்து, இவ்வாறு எழுத வேண்டும் என்று அறிவுறுத்திய ஶாக்தச் சக்ரவர்த்தி பூஜ்யஸ்ரீ ப்ரணவானந்த ப்ரஹ்மேந்த்ர ஸரஸ்வதி அவ**தூத** ஸ்வாமிகளின் பொற்பாத கமலங்களுக்கு எனது பணிவான நமஸ்காரங்கள்.

இப்புத்தகத்திற்கு வாழ்த்துரை வழங்கி, **இதன்** முதற் பதிப்பை ஸஹஸ்ர சண்**டி** மஹாயாகத்தின் பொழுது பொள்ளாச்சியில்

வெளியிட்ட பூஜ்யஸ்ரீ ததேவானந்த ஸரஸ்வதி ஸ்வாமிகளுக்கும் எமது நமஸ்காரங்கள்.

நான் தொலைபேசியில் கேட்டவுடன் சற்றும் தாமதிக்காமல் எனக்கும் இந்தப் புத்தகத்திற்கும் ஆசிகள் வழங்கிய வழங்கிய பூஜ்யஸ்ரீ ஸிவாத்மானந்த ஸரஸ்வதி ஸ்வாமிகளுக்கும் எமது க்ருதஞ்ஞைஞுகளுடன் கூடிய நமஸ்காரங்கள்.

அனைத்து குருமார்களின் பொற்பாதங்களிலும் தலை வணங்கி ஆசி கோருகிறோம். இவ்வாறான குருமார்களின் பரிபூரண ஆசிகள் வாசகர்கள் அனைவருக்கும் கிடைக்கும் என்பதில் எள்ளளவும் சம்சயமில்லை.

இதை படிக்கும் அனைவரும் தகுந்த குருவின் மூலம் உபதேசம் பெற்று இந்த மந்திரங்களை பாராயணம்/ ஜபம் செய்து மிகுந்த பலன்களை அடைந்து குருவருளையும் ஸ்ரீதேவியின் பரிபூரண கடாக்ஷத்தையும் அடைவார்களாக.

தொகுப்பாசிரியர்

*****

காணபத்யம்
- गाणपत्यम्

மஹா கணபதியே பரப்ரஹ்ம ஸ்வரூபம் என்பது காணபத்யத்தின் கொள்கை. ஸ்ரீ ஆதிஸங்கர பகவத் பாதாள் வகுத்த ஸண்மதங்களுள் காணபத்தியமே மிகவும் பழமையானது.

மஹாகணபதி அமர்ந்தருளும் இடம் ஸ்வானந்த புவனம். இந்த புவனம் கணேசரால் மனத்தால் நிர்மாணிக்கப் பட்டதாகும். ஆனந்தமே பட்டணமாய் காட்சியளிக்கின்றது. இந்த புவனம் 10,000 யோஜனை பரப்புடையதாகும். இங்கு பசி, தாகம், மூப்பு, துன்பம் ஒன்றும் கிடையாது.

மஹாகணபதி மந்திரங்கள் எல்லா ஸௌபாக்யங்களும் அளிக்க வல்லன. 18 மஹாபுராணங்களுள், 2 புராணங்கள் கணபதியைப் பற்றியே உள்ளன. வினாயக புராணம் கணேசரைப் போற்றுகின்றது. இதன்படி கணபதியை ஜபம், பூஜை, ஜபஹோமம், உபாஸனம், முதலியன செய்பவர்கள் இவ்வுலகிலேயே நல்வாழ்வு பெற்று மறுபிறப்பு இல்லாத நிலையை அடைவர்.

கணபதி மந்திரங்கள் - गणपति मन्त्रा:

1. ஸ்ரீ ஏகாக்ஷ கணபதி - श्री एकाक्ष गणपति (**கணபதி அருள் கிடைக்க**)

ஓம் கம் கணபதயே நம: - ॐ गं गणपतये नम:

2. ஸ்ரீ வல்லபா மஹாகணபதி -
श्री वल्लभा महागणपति (**பரிபூர்ண சித்தி**)

ஓம் ஸ்ரீம் ஹ்ரீம் க்லீம் க்லௌம் கம் கணபதயே வரவரத ஸர்வஜனம் மே வஶமானய ஸ்வாஹா -
ॐ श्री ह्री क्ली ग्लौं गं गणपतये वर वरद सर्वजनं मे वशमानय स्वाहा

15 **ஸ்ரீ த்ரைலோக்ய மோஹனகர கணேஸ மந்த்ர -**

ஶ்ரீ த्रैलोक्य मोहनकर गणेश मन्त्र (ஸர்வரக்ஷாப்ரதம்)

ஓம் வக்ரதுண்ட ஏக தம்ஷ்ட்ராய க்லீம் ஹ்ரீம் ஸ்ரீம் கம் கணபதயே வரவரத ஸர்வஜனம்மே வஸமானய ஸ்வாஹா - ॐ वक्रदुण्ड एक दम्ष्ट्राय क्लीं हरी श्री गं गणपतये वरवरद सर्वजनम्मे वशमानय स्वाहा

4. **ஸ்ரீ லக்ஷ்மீ கணபதி -**

ஶ்ரீ लक्ष्मी गणपति (**தன அபிவிருத்தி**)

ஓம் ஸ்ரீம் கம் ஸௌம்யாய கணபதயே வர வரத ஸர்வஜனம் மே வஸமானய ஸ்வாஹா

ॐ श्री गं सौम्याय गणपतये वर वरद सर्वजनं मे वशमानय स्वाहा

5. **ஸ்ரீ ருணஹர கணபதி -**

ஶ்ரீ ऋणहर गणपति (**கடன் நிவர்த்தியாக**)

ஓம் கணேஸ ருணம் சிந்தி வரேண்யம் ஹூம் நம: பட்

ॐ गणेश ऋणं चन्दि वरेण्यं हूं नम: फट्

6. **ஸ்ரீ மஹாவித்யா கணபதி -**

ஶ்ரீ महावदिया गणपति (**தேவ்யனுக்ரஹம்**)

ஓம் ஸ்ரீம் ஹ்ரீம் க்லீம் க்லௌம் கம் கஏஈலஹ்ரீம் கணபதயே ஹஸகஹல ஹ்ரீம் வரவரத ஸகலஹ்ரீம் ஸர்வ ஜனம் மாம் வஸமானய ஸ்வாஹா

ॐ श्री श्री क्ली ग्लौं घं कऐईलहरी गणपतये हसकहल हरी वरवरद सकलहरी सर्वजनं मां वशमानय स्वाहा

7. **ஸ்ரீ ஹரித்ரா கணபதி -**

ஶ்ரீ हरदिरा गणपति (**ஜகத் வஸ்யம்**)

ஓம் ஹூம்கும் க்லௌம் ஹரித்ரா கணபதயே வரவரத ஸர்வஜன ஹ்ருதயம் ஸ்தம்பய ஸ்தம்பய ஸ்வாஹா

ॐ हूं गुं ग्लौं हरदिरा गणपतये वरवरद सर्वजन हृदयं स्तम्भय स्तम्भय स्वाहा

8. **ஸ்ரீ வக்ரதூண்ட கணபதி -**

ஶ்ரீ वक्रतुण्ड गणपति (**அதிர்ஷ்ட லாபம்**)

ஓம் வக்ரதுண்டாய ஹூம் - ॐ वक्रतुण्डाय हूं

9. **ஸ்ரீ நிதி கணபதி -** ஶ்ரீ निति गणपति (**நிதிப்ராப்தி**)

ராயஸ்போஷஸ்ய **ததிதா நிதிதோ ரத்னதாதுமான்**

ரக்ஷொஹணோ பல ஹதோ வக்ரதுண்டாய ஹாம்

रायस्पोषस्य ददति नदिति रत्नदातुमान् रक्षोहणो फल हतो वक्रतुण्डाय हुम्

10. ஸ்ரீ புஷ்டி கணபதி - श्री पुष्टि गणपति (**தான்ய**
ஓம்வி(**குத்தி**)கைம் கணபதயே விக்ன வினாஸினே ஸ்வாஹா ओं गं गैं गणपतये वघ्नि वनिाशनि स्वाहा

11. ஸ்ரீ பால கணபதி - श्री बाल गणपति (ஸந்தோஷம்)
ஓம் கம் கணபதயே நமஸ் ஸித்திதாய ஸ்வாஹா

ओं गं गणपतये नमस्सध्दितिाय स्वाहा

12. ஸ்ரீ ஶக்தி கணபதி -
    श्री शक्ति गणपति (ஸர்வ கார்யப்ரதம்)

ஓம் ஹ்ரீம் கம் ஹ்ரீம் ஹ ஸ க ஹ ல ஹ்ரீம்
மஹா கணபதயே ஹ ஸ்வாஹா ஸ க ல ஹ்ரீம்

ओं ह्रीं गं ह्रीं हसकहल ह्रीं महागणपतये ह स्वाहा स क ल ह्रीं

13. ஸ்ரீ ஸர்வ ஶக்தி கணபதி -
    श्री सर्व शक्ति गणपति (ஸர்வ வரப்ரதம்)

ஓம் ஹ்ரீம் கம் ஹ்ரீம் கணபதயே ஸ்வாஹா

ओं ह्रीं गं ही गणपतये स्वाहा

14. ஸ்ரீ க்ஷிப்ர ப்ரஸாத கணபதி -
    श्री क्षपिर प्रसाद गणपति (துரித பலன்)

ஓம் கம் க்ஷிப்ர ப்ரஸாதனாய நம: -

ओं गं क्षपिर प्रसादनाय नमः

15. ஸ்ரீ குக்ஷி கணபதி - श्री कुक्षि गणपति (ரோக
ஓம்நி(**வர்த்தி**)க்லௌம் ட: ட: ராஜ ஸர்வஜன ஹ்ருதய கதிமதிம் க்ரோத ஜிஹ்வா: ஸ்தம்பய ஸ்தம்பய ஸ்வாஹா

ओं हुं ग्लौं ठः ठः राज सर्वजन हृदय गतमिति क्रोध जहिवाः स्तम्भय स्तम्भय स्वाहा

16. ஸ்ரீ ஸந்தான கணபதி - श्री सन्तान गणपति (புத்ரப்ரதம்)
ஓம் நமோ லக்ஷ்மீ கணேஶாய மஹ்யம் புத்ரம் ப்ரயச்ச ஸ்வாஹா

ओं नमो लक्ष्मी गणेशाय महयं पुत्रं प्रयच्छ स्वाहा

17. ஸ்ரீ ஸ்வர்ணாகர்ஷண சிந்தாமணி கணபதி -

श्री स्वर्णाकर्षण चिन्तामणि गणपति (ஸ்வர்ணப்ரதம்)

ஓம் க்ஷ்ம்ரயூம் க்ஷிப்ர கணபதயே ஸ்வர்ணகேஹே வயவஸ்திதாய ஸ்வர்ணப்ரதாய க்லீம் வஷட் ஸ்வாஹா

ॐ क्ष्मरयूं क्षिपिर गणपतये स्वर्णगेहे व्यवस्ततिय स्वर्णप्रदाय क्ली वषट् सुवाहा

18. ஸ்ரீ ஹேரம்ப கணபதி - श्री हेरम्भ गणपति

ஓம்(கணம்ப ...) ॐ गूं नमः

19. ஸ்ரீ விஜய கணபதி - श्री वजिय गणपति (ஜயம் ஏற்பட)

ஓம் க்லௌம் ஸ்ரீம் ஸர்வ விக்ன ஹந்த்ரே பக்தானுக்ரஹ கர்த்ரே விஜய கணபதயே ஸ்வாஹா

ॐ ग्लौं श्री सर्वविघ्नहन्त्रे भक्तानुग्रहकरत्रे वजिय गणपतये स्वाहा

20. ஸ்ரீ அர்க கணபதி -

श्री अर्क गणपति (ஸௌர்ய க்ரஹ நவக்ரஹ ஶாந்தி)

ஓம் கம் கணபதே அர்க கணபதே வரவரத ஸர்வ ஜனம்மே வஸமானய ஸ்வாஹா

ॐ गं गणपते अर्क गणपते वर वरद सर्व जनं मे वशमानय स्वाहा

21. ஸ்ரீ ஶ்வேதார்க கணபதி -

श्री श्वेतार्क गणपति (மாலா மந்த்ர)

ஓம் நமோ பகவதே, ஶ்வேதார்க கணபதயே,
ஶ்வேதார்க மூல நிவாஸாய, வாஸுதேவ ப்ரியாய
தக்ஷப்ரஜாபதி ரக்ஷகாய, ஸௌர்ய வரதாய, குமார
குரவே, ப்ரஹ்மாதி ஸுராஸுரவந்திதாய, ஸர்வ
பூஷணாய, ஶஶாங்க ஶேகராய, ஸர்ப மாலாலங்கிருத
தேஹாய, தர்மத்வஜாய, தர்மவாஹனாய, த்ராஹி
த்ராஹி, தேஹி தேஹி அவதர அவதர கம் கணபதயே,
வக்ரதுண்ட கணபதேயே, வரவரத ஸர்வ புருஷ
வஸங்கர, ஸர்வதுஷ்ட வஸங்கர, ஸர்வதுஷ்ட க்ரஹ
வஸங்கர, ஸர்வஸ்வ வஸங்கர, வஸீகுரு வஸீகுரு
ஸர்வதோஷான் பந்தய பந்தய, ஸர்வவ்யாதீன்
நிக்ருந்தய நிக்ருந்தய, ஸர்வ விஷாணி ஸம்ஹர
ஸம்ஹர, ஸர்வ தாரித்ரயம் மோசய மோசய

ஸர்வ விக்னான் **சிந்தி சிந்தி**, ஸர்வ வஜ்ரான் ஸ்போடய ஸ்போடய, ஸர்வ ஶத்ரூன் உச்சாடய உச்சாடய, ஸர்வ ஸம்ருத்திம் குரு குரு, ஸர்வ கார்யாணி ஸாதய ஸாதய, **ஓம் காம் கீம் கூம் கைம் கௌம் கம் கணபதயே ஹூம் பட் ஸ்வாஹா**

ओं नमो भगवते, श्वेतार्क गणपतये, श्वेतार्क मूलनिवासाय, वासुदेवप्रियाय, दक्षप्रजापति रक्षकाय, सूर्यवरदाय, कुमारगुरवे, ब्रह्मादि सुरासुर वन्दिताय, सर्व भूषणाय, शशाङ्कशेखराय, सर्पमालालङ्कृत, देहाय, धर्मध्वजाय, धर्मवाहनाय, त्राहि त्राहि देहि देहि अवतर अवतर गं गणपतये, वक्रतुण्ड गणपतये, वरवरद सर्व पुरुष वशंकर, सर्वदुष्टवशंकर, सर्वदुष्टग्रहवशंकर, सर्वस्ववशंकर, वशीकुरु वशीकुरु, सर्वदोषान् बन्धय बन्धय, सर्वव्याधीन् निकृन्तय निकृन्तय, सर्ववषिाणि समहर समहर, सर्वदारिद्रयं मोचय मोचय, सर्ववघ्निान् छनिधि छनिधि, सर्ववज्रान् स्फोटय स्फोटय, सर्वशत्रून् उच्छाटय उच्छाटय, सर्वसमृद्धि कुरु कुरु सर्वकार्याणि साधय साधय ओं गां गीं गूं गैं गौं गं गः गणपतये फट् स्वाहा -

22. ஶ்ரீ உச்சிஷ்ட கணபதி -

श्री उच्छिष्ट गणपति (த்ரிகால **தர்ஶனம்**)

ஓம் நமோ **பகவதே ஏகதம்ஷ்ட்ராய ஹஸ்திமுகாய லம்போதராய உச்சிஷ்ட மஹாத்மனே ஆம் க்ரோம் ஹ்ரீம் கம் கே கே ஸ்வாஹா**

ओं नमो भगवते एकदंष्ट्राय हस्तिमुखाय लम्बोदराय उच्छिष्ट महात्मने आं क्रों हरीं खे स्वाहा

23. **ஶ்ரீ போக கணபதி** - श्री बोग गणपति (ஸகல **போகப்ரதம்**)

ஓம் **ஹ்ரீம் கம் ஹ்ரீம்** வஶமானய ஸ்வாஹா

ओं हरीं गं हरीं वशमानय स्वाहा

24. **ஶ்ரீ விரி கணபதி** - श्री वरि गणपति (விஶால **புத்தி**)

ஓம் **ஹ்ரீம் விரி விரி கணபதி** ஸர்வ லோகம் மே வஶமானய ஸ்வாஹா

ओं हरीं वरि वरि गणपति सर्वलोकं मे वशमानय स्वाहा

25. **ஸ்ரீ வீர கணபதி** - श्री वीर गणपति **(தைர்யப்ரதம்)**

ஓம் ஹ்ரீம் க்லீம் வீர வர **கணபதயே** வ: வ: **இதம்** விஸ்வம் மம வஸமானய ஓம் ஹ்ரீம் பட்

ॐ ह्री क्ली वीर वर गणपतये व: व: इदं विश्वं मम वशमानय ॐ ह्री फट्

26. **ஸ்ரீ ஸங்கடஹர கணபதி** -

श्री सङ्कट हर गणपति (ஸங்கடங்கள் நிவர்த்தியாக)

ஓம் நமோ ஹேரம்ப மதமோதித மமஸர்வ ஸங்கடம் நிவாரய நிவாரய ஹூம் பட் ஸ்வாஹா

ॐ नमो हेरम्भ मदमोदति मम सर्व सङ्कटं निवारय निवारय हुं फट् स्वाहा

27. **ஸ்ரீ விக்னராஜ கணபதி** -

श्री वघ्निराज गणपति (ராஜயோகம்)

ஓம் கீம் கூம் கணபதயே நம: ஸ்வாஹா

ॐ गी गूं गणपतये नम: स्वाहा

28. **ஸ்ரீ ராஜ கணபதி** - श्री राज गणपति (மாலா மந்திரம்)

ஓம் நமோ ராஜ **கணபதே** மஹாவீர தஸ **புஜ** மதன கால வினாஸன ம்ருத்யும் ஹன ஹன,
காலம் ஸம்ஹர ஸம்ஹர, **தம தம மத மத**
த்ரைலோக்யம் மோஹய மோஹய, ப்ரஹ்ம விஷ்ணு
ருத்ரான் மோஹய மோஹய, அசிந்த்ய பல பராக்ரம
ஸர்வ வ்யாதீன் வினாஸய வினாஸய, ஸர்வ **க்ரஹான்**
சூர்ணய சூர்ணய, நாகான் மோடய மோடய,
த்ரிபுவனேஸ்வர ஸர்வதோமுக ஹூம் பட் ஸ்வாஹா

ॐ नमो राज गणपते महावीर दश भुज मदनकाल वनिाशन मृत्युं हन हन कालं संहर संहर धम धम मथ मथ त्रैलोक्यं मोहय मोहय ब्रह्म वष्णिु रुद्रान् मोहय मोहय अचनित्य बल पराक्रम सर्व व्याधीन् वनिाशय वनिाशय सर्वग्रहान् चूरणय चूरणय नागान् मोचय मोचय त्रभिुवनेश्वर

29. **ஸ்ரீ குமார கணபதி** - श्री कुमार गणपति (மாலா மந்திரம்)

ஓம் நமோ ... பகவதே, ஸௌரபத்மநாஸ காரணாய, ஸர்வ ஸக்தி தராய, ஸர்ப யக்ஞோபவீதனாய, மஹாப்ரசண்ட க்ரோதாய, ப்ரூஹத் குக்ஷிதராய, அஸூர கோடி ஸம்ஹார காரணாய, அகண்ட மண்டல தேவாத்யர்சித பாத பத்மாய, ஸாகினீ ராகினீ லாகினீ ஹாகினீ டாபினீ

ஸாகினீ கூஷ்மாண்ட **பூத** வேதாளா பைஶாச **ப்ரஹ்ம** ராக்ஷஸ **துஷ்டக்ரஹான்** நாஶய நாஶய, **பாரத** லிகித லேகினீகிராய, அபஸ்மார க்ரஹம் நிவாரய நிவாரய, மர்தய மர்தய, குஹாக்ரஜாய, கஜவதனாய, கஜாஸுர ஸம்ஹரணாய, **கர்ஜித** **பூத**காராய, ஸகல **பூத** ப்ரேத விஶாச **ப்ரஹ்ம** ராக்ஷஸான் ஶூலேன ஆக்ருந்தய ஆக்ருந்தய, **சேதய சேதய**, மாரய மாரய, மஹா கணபதயே உமா குமாராய, ஹூம் பட் **பந்த பந்த** டம் க்லாம் **க்லெளம்** கம் கணபதயே நம:

ओं नमो भगवते शूरपद्मनाश कारणाय, सर्वशक्ति धराय, सर्पयज्ञोपवीदनाय, महापरचण्डक्रोधाय, बृहत्कुक्षधिराय, असुर कोटसिंहार कारणाय, अखण्ड मण्डल देवाद्यर्चति पादपद्माय, शाकनी राकनी लाकनी हाकनी डाकनी साकनी कूष्माण्ड भूत वेताल पैशाच ब्रह्मराक्षस दुष्टग्रहान् नाशय नाशय, भारत लखिति लखिनीकराय, अपस्मारग्रहं नविरय नविरय मर्दय मर्दय, गुहाग्रजाय, गजवदनाय, गजासुर संहरणाय, गर्जति भूतकाराय, सकल भूतप्रेत पिशाच ब्रहम राक्षसान् शूलेन शूलेन, आकुन्तयाकुन्तय छेदय छेदय मारय मारय, महागणपतये, उमा कुमाराय, हुं फट् बन्ध बन्ध ठं ग्लां ग्लौं गं गणपतये

ऊं:ஸ்ரீ ப்ரயோக கணபதி -

श्री परयोग गणपति (மாலா மந்திரம்)

ஆம் **த்ரீம்** க்ரெளம் கம், ஓம் நமோ **பகவதே** மஹா கணபதயே, ஸ்மரணமாத்ர ஸந்துஷ்டாய, ஸர்வவித்யா ப்ரகாஶகாய, ஸர்வ காம ப்ரதாய, பவ **பந்த** விமோசனாய, ஹ்ரீம் ஸர்வ **பூத** பந்தனாய, க்ரோம் ஸாத்யா கர்ஷணாய, க்லீம் ஜகத்ரய வஶீகரணாய ஸெள: ஸர்வமன: க்ஷோபணாய, ஸ்ரீம் மஹாஸம்பத் ப்ரதாய, க்லெளம் **பூ**மண்டலாதிபத்ய ப்ரதாய, மஹாயக்ஞாத்மனே **கெளரீ**நந்தனாய, மஹா யோகினே ஶிவப்ரியாய, ஸர்வானந்த வர்த்தனாய, ஸர்வவித்யா ப்ரகாஶன ப்ரதாய, **த்ராம்** சிரஞ்ஜீவினே, ப்ளூம் ஸம் மோஹனாய, ஓம் மோக்ஷ ப்ரதாய, பட் வஶீகுரு வஶீகுரு, வெளஷட் ஆகர்ஷணாய, ஹூம் வித்வேஷணாய வித்வேஷய வித்வேஷய,

ह्रीं உச்சாடய உச்சாடய, ட: ட: ஸ்தம்பய ஸ்தம்பய,
கேம் கேம் மாரய மாரய மோஷய மோஷய பரமந்த்ர
யந்த்ர தந்த்ராணி சேதய சேதய **துஷ்டக்ர**ஹான்
நிவாரய நிவாரய, **துக்கம்** ஹர ஹர, வியா**தீன்** நாஸய
நாஸய, நம: ஸம்பன்னாய ஸம்பன்னாய, ஸ்வாஹா
ஸர்வ பல்லவ ஸ்வரூபாய, மஹாவி**த்**யாயகம்
கணபதயே ஸ்வாஹா

आं दरीं क्रौं गं ओं नमो भगवते महा गणपतये, स्मरणमात्र सन्तुष्टाय,
सर्व वदिया प्रकाशकाय, सर्व काम प्रदाय, भव बन्ध वमोचनाय, ह्रीं
सर्व भूत बन्धनाय, क्रों साध्याकर्षणाय, क्लीं जगत्रय वशीकरणाय, सौ:
सर्वमन: क्षोभणाय, श्रीं महासम्पत् प्रदाय, ग्लौं भूमण्डलाधपित्य
प्रदाय, महायज्ञात्मने गौरीनन्दनाय, महायोगिनि शविप्रयिय,
सर्वानन्दवर्धनाय, सर्ववदिया प्रकाशन प्रदाय, दरां चरिञ्जीवनि बलूं
संमोहनाय, ओं मोक्षप्रदाय, फट् वशीकुरु वशीकुरु वौषट् आकर्षणाय,
हुं वदिवेषणाय, वदिवेषय वदिवेषय फट् उच्छाटय उच्छाटय ठ: ठ:
स्तम्भय स्तम्भय खें खें मारय मारय शोषय शोषय परमन्त्र यन्त्र
तन्त्राणि छेदय छेदय दुष्टग्रहान् निवारय निवारय दु:खं हर हर व्याधीन्
नाशय नाशय नम: सम्पन्नाय सम्पन्नाय स्वाहा सर्व पल्लव स्वरूपाय

31. ஸ்ரீ தருண கணபதி - श्री तरुण गणपति (**த்யானம்**)
ஓம் ஐம் ஹ்ரீம் ஸ்ரீம் **கம்** நமோ **பகவதே** நித்ய
யெளவனாய யுவதி ஜன ஸமாஸ்லிஷ்டாய **கணபதயே**
நம:
ओं ऐं ह्रीं श्रीं गं नमो भगवते नतिय यौवनाय युवतजिन समाश्लिष्टाय
गणपतये नम:

32. ஸ்ரீ **துர்கா** கணபதி - श्री दुर्गा गणपति (**துக்க**
ஓம்நிஹ்ரீம்கம் ஹ்ரீம் **தும் துர்காபுத்ராய** ஸூக்தி
ஹஸ்தாய மாத்ருவத்ஸலாய மஹா **கணபதயே** நம:
ओं ह्रीं गं ह्रीं दुं दुर्गा पुत्राय शक्तहिस्ताय मातृ वत्सलाय
महागणपतये नम:

33. ஸ்ரீ **யோக** கணபதி - श्री योग गणपति (**த்யானம்**)
ஓம் ஹம் ஸம் **கம் பகவதே நித்ய யோக யுக்தாய**
ஸச்சிதானந்த ரூபிணே வினாயகாய நம:

ॐ हं सं गं भगवते नतिय योग युक्ताय सच्चिदानन्दरूपणि वनियकाय नम:

34. ஸ்ரீ நர்தன கணபதி -
श्री नर्तन गणपति (கலா அபிவிருத்தி)

ஓம் க்லௌம் ஜம் ஜம் ஜம் நம் நர்தன ப்ரியாய
சிதம்பரானந்த தாண்டவாய கஜானனாய நம:

ॐ ग्लौं जं जं नं नर्तन प्रयिय चदिम्बरानन्द ताण्डवाय गजाननाय नम:

35. ஸ்ரீ ஸித்தி கணபதி - श्री सदिधि गणपति (ஸர்வ கார்ய ஜயம்)

ஓம் நம: ஸித்தி வினாயகாய ஸர்வகார்ய கர்த்ரே
ஸர்வ விக்ன ப்ரஶமனாய ஸர்வராஜ்ய வஶீகரணாய
ஸர்வஜன ஸர்வ ஸ்த்ரீ ஸர்வ புருஷாகர்ஷணாய ஸ்ரீம்
ஓம் ஸ்வாஹா

ॐ नम: सदिधि वनियकाय सर्वकार्य कर्त्रे सर्व वघिन प्रशमनाय
सर्वराज्य वशीकरणाय सर्वजन सर्व स्त्री पुरुषाकर्षणाय श्रीं ॐ
स्वाहा

36. ஸ்ரீ ஆபத்ஸஹாய கணபதி -
श्री आपदसहाय गणपति (ஆபத் நிவர்த்தி)

ஓம் ஆபதாம பஹர்த்தாரம் தாதாரம் ஸுக ஸம்பதாம்
க்ஷிப்ர ப்ரஸாதனம் தேவம் பூயோ பூயோ
நமாம்யஹம்

ॐ आपदाम बहर्तारं दादारं सुख सम्पदां क्षिपिर प्रसादनं देवं भूयो भूयो
नमाम्यहम्

37. ஸ்ரீ புத்தி கணபதி - श्री पुदधि गणपति (வித்யா ப்ரதம்)
ஓம் ஐம் வாக் கணபதயே ஸ்வாஹா
ॐ ऐ वाग् गणपतये स्वाहा

38. ஸ்ரீ நவநீத கணபதி - श्री नवनीत गणपति
ஐம்(ஹ்ரீஂஶ்ரீம்)ஜம் க்லௌம் நவநீத கணபதயே நம:
ऐ हरी श्री ॐ ग्लौं नवनीत गणपतये नम:

39. ஸ்ரீ மோதக கணபதி -
श्री मोदक गणपति (ஸம்பூர்ண பலன்)

ஓம் மம் மஹா கணபதயே, ஏகதந்தாய, ஹேரம்பாய,
மோதக ஹஸ்தாய, நாளிகேர ப்ரியாய,

ஈர்வாபீஷ்ட ப்ரதாயினே, ஸ்ரீம் ஹ்ரீம் க்லீம்
ஸர்வஜனம் மே வஸமானய ஸ்வாஹா

ओं मं महा गणपतये एकदन्ताय हेरम्बाय मोदकहस्ताय नालकिरप्रयिय सर्वाभिष्ट प्रदायनि श्री हरीं कलीं सर्वजनं मे वशमानय स्वाहा

40. ஸ்ரீ **மேதா** கணபதி - श्री मेधा गणपति (**மேதாபிவ்ருத்தி**)
மே தோல்காய ஸ்வாஹா - मे तोल्काय स्वाहा

41. ஸ்ரீ **மோஹன** கணபதி - श्री मोहन गणपति (ரக்ஷி
ஓம்ப்தும்)க்லீம் ஸர்வ ஶக்தி கணாதீஶ மாம் ரக்ஷ
ரக்ஷ மம ஸான்னித்யம் குரு குரு அஷ்ட ஐஶ்வர்யாதி
ஸம்ருத்திம் குரு குரு ஸர்வ துக்கம் நாஸய நாஸய
ஸர்வ ஜனம் மே வஸமானய மோஹனோத்தம
வினாயகாய ஹூம் பட் ஸ்வாஹா

ओं आं क्ली सर्व शक्ति गाणाधीश मां रक्ष रक्ष मम सान्नतियं कुरु कुरु अष्ट ऐश्वर्यादि समृद्धि कुरु कुरु सर्वदुःखं नाशय नाशय सर्व जनं मे वशमानय मोहनोत्तम वनियकाय हुं फट् स्वाहा

42. ஸ்ரீ **குரு** கணபதி - श्री गुरु गणपति (**குரு அனுக்ரஹம்**)
ஓம் கம் கணபதயே ஸர்வவிக்ன ஹராய ஸர்வாய
ஸர்வகுரவே லம்போதராய ஹ்ரீம் கம் நம:

ओं गं गणपतये सर्ववघ्नि हराय सर्वाय सर्वगुरवे लम्बोदराय हरीं गं नमः

43. ஸ்ரீ **வாமன** கணபதி - श्री वामन गणपति (**விஷ்ணுபக்தி**)
ஓம் வம் யம் ஸௌ: மம ஸர்வ ஸௌபாக்யம் குரு
குரு ஸ்வாஹா

ओं वं यं सौः मम सर्व सौभाग्यं कुरु कुरु स्वाहा

44. ஸ்ரீ **ஶிவாவதார கணபதி** - श्री शविवतार गणपति
ஓம் ஸ்ரீம் த்ரீம் க்லீம் க்லௌம் கம் ஓம் நமோ
கணபதயே ஓம் ஶிம் வர வரத ஓம் வாம் ஸர்வ ஜனம்
மே ஓம் யம் வஸமானய ஸ்வாஹா

ओं श्रीं द्रीं क्लीं ग्लौं गं ओं नमो गणपतये ओं शिवर वरद ओं वां सर्व जनं मे ओं यं वशमानय स्वाहा

45. ஸ்ரீ **தூர்வா** கணபதி - श्री दूर्वा गणपति (**தாப நிவர்த்தி**)
ஓம் ஹ்ரீம் க்லாம் க்ரீம் தும் **துரித** ஹராய
தூர்வா கணேஶாய ஹூம் பட்

ओं हरीं कलां करीं दुं दुरति हराय दूर्वा गणेशाय हुं फट्

46. ஸ்ரீ ரக்த கணபதி – श्री रक्त गणपति (வம்ய **சித்தி**)

ஓம் ஹஸ்திமுகாய லம்போதராய ரக்த மஹாத்மனே
ஆம் க்ரோம் ஷ்ரீம் ஹ்ரீம் ஹ்ரீம் **கே கே** ரக்த
கஷேபராய **தயாபராய ஸ்வாஹா**

ॐ हस्तमुखाय लम्बोदराय रक्त महात्मने आं क्रों ह्रीं ही ह्रीं गे गे
रक्त कलेपराय दयापराय स्वाहा

47. ஸ்ரீ அபீஷ்ட வரத கணபதி –
　　श्री अभीषटवरद गणपति (நினைத்ததை அடைய)

ஓம் ஷ்ரீம் ஷ்ரீம் **கணாதிபதயே**, ஏகதந்தாய,
லம்போதராய, ஹேரம்பாய, நாளிகேர ப்ரியாய, மோதக
பக்ஷணாய, மம **அபீஷ்ட** பலம் **தேஹி**, ப்ரதி கூலம்
மே நஸ்யது, அனுகூலம் மே வஸமானய ஸ்வாஹா

ॐ श्री श्री गणाधिपतये, एकदन्ताय, लम्बोदराय, हेरम्बाय,
नालकिरप्रयिय, मोदक भक्षणाय, मम अभीषट फलं देहि, परतिकूलं मे
नश्यतु अनुकूलं मे वशमानय स्वाहा

48. ஸ்ரீ ப்ரஹ்மணஸ்பதி – श्री ब्रह्मणस्पति

i.　ஷ்ரீம் ஷ்ரீம் க்லீம் நமோ **கணேஸ்வராய**
　　ப்ருஹ்ம ரூபாய சாரவே ஸர்வசித்தி
　　ப்ரதேயாய ப்ரஹ்மணஸ்பதயே நம:

ह्रीं श्री क्लीं नमो गणेश्वराय ब्रह्म रूपाय सारवे सर्वसदिधि प्रदेशाय
प्रह्मणसपतये नम:

ii.　நமோ **கணபதயே** துப்யம் ஹேரம்பாயைக
　　தந்தினே **ஸ்வானந்த** வாஸினே துப்யம்
　　ப்ரஹ்மணஸ்பதயே நம:

नमो गणपतये तुभ्यं हेरम्बायैक दन्तिनि स्वानन्द वासनि तुभ्यं
प्रह्मणसपतये नम:

**49. ஸ்ரீ வல்லபா மஹாலக்ஷ்மீ மந்த்ர ஸம்மேலன ஸ்ரீ
　　மஹாகணபதி மந்த்ர:**

श्री वल्लभा महालक्ष्मी मन्त्र सम्मेलन श्री महागणपति मन्त्र:

ஓம் ஹ்ரீம் க்லீம் க்லௌம் கம் ஷ்ரீம் ஹ்ரீம் க்லீம்
ஐம் ஸௌ: கணபதயே வர வரத மஹாலக்ஷ்மீ
ஏஹ்யேஹி ஸர்வஜனம் மே வஸமானய ஸ்வாஹா |
ஸகல ஸௌபாக்யம் மே **தேஹி தேஹி ஸ்வாஹா**

ॐ ह्री क्ली ग्लौं गं श्री ह्री क्ली ऐं सौ: गणपतये वर वरद
महालक्ष्मी एह्येहि सर्वजन मे वशमानय स्वाहा सकल सौभाग्यं मे देहि
देहि स्वाहा

50. ஸ்ரீ மஹாகணபதி ப்ரணவ

மூலம் -

श्री महागणपति प्रणव मूलम्

ஓம் - ॐ

51. ஸ்ரீ **கணேஶ காயத்ரி** - श्री गणेश गायत्रि

மஹாகர்ணாய வித்மஹே வக்ரதுண்டாய தீமஹி

தன்னோ **தந்தீ** ப்ரசோதயாத் -

महाकर्णाय विदिमहे वक्रदुण्दाय दीमहि तन्नो दन्ती प्रचोदयत्

*****

கெளமாரம்
- कौमारम्

<u>ஷண்மதங்களுள்</u> கௌமாரம் என்பது பெரும்பாலும் தக்ஷிணபாகத்தில் அனுஷ்டிக்கப் படுகிறது. தெற்கே ஸுப்ரஹ்மண்யர் என்றும், உத்தர பாகத்தில் குமாரர் என்றும், தமிழ் க்ரந்தங்களில் முருகன் என்றும் வழங்கப் படுகிறது. இக்கடவுளைப் பற்றி காளிதாசர் குமாரசம்பவம் என்ற நூலை எழுதியுள்ளார்.

"குத்ஸித: மார: ஸ: குமார:" - "कुत्सतिः मारः येन सः कुमारः" - எவன் தனது வடிவழகால் மன்மதனை வெட்கமடையச் செய்கிறானோ, அத்தகைய பேரழகனே குமாரன் என்று சாஸ்திரங்கள் 'குமார:' என்ற திருநாமத்திற்கான லக்ஷண விசேஷத்தை எடுத்துக் கூறுகின்றன.

பரப்ரஹ்மத்தை இப்படி வடிவழகு மட்டுமில்லாமல் இளமை, ஞானம், விவேகம், வீரம், புகழ், செயல்திறன் இவற்றோடு கூடிய ஸுப்ரஹ்மண்யன் என்ற ஸகுண **தேவதா** மூர்த்தியாக உபாஸிப்பதே கௌமார மதமாகும்.

ஆதி ஶங்கர பகவத் பாதாள் திருச்செந்தூர் சென்று ஸ்ரீ ஸுப்ரஹ்மண்ய புஜங்க ஸ்தோத்ரம் பாடினார்.

ஸ்ரீ ஸுப்ரஹ்மண்ய மந்திரங்கள் - श्री सुब्रह्मण्य मन्त्राः

1. ஶாரதா திலகோக்த ஸ்ரீ ஸுப்ரஹ்மண்ய மந்திர: -
   शारदा दलिकोक्त श्री सुब्रह्मण्य मन्त्रः
   ஓம் வஜ்ரபுவே நம: - ॐ वज्रभुवे नमः

2. ஸ்ரீ ஸுப்ரஹ்மண்ய பஞ்சாக்ஷர மந்திர: -
   श्री सुब्रह्मण्य पञ्चाक्षर मन्त्रः
   ஓம் நம் ஸௌ:, ஓம் மம் ஸௌ:, ஓம் ஶிம் ஸௌ:,
   ஓம் வாம் ஸௌ:, ஓம் யம் ஸௌ:, ஸுப்ரமண்யாய
   நம: ஸ்வாஹா - ॐ नं सौः ॐ मं सौः ॐ शिं सौः ॐ वां सौः ॐ
   यं सौः सुब्रह्मण्याय नमः स्वाहा

3. ஸ்ரீ ஸுப்ரஹ்மண்ய ஷடாக்ஷர மந்திர: -
   श्री सुब्रह्मण्य षडाक्षर मन्त्रः
   ஓம் ஹ்ரீம் ஶரவணபவ - ॐ ह्रीं शरवणभव

4. ஶ்ரீ ஸுப்ரஹ்மண்ய நவாக்ஷரீ மந்திர: -
     श्री सुब्रह्मण्य नवाक्षरी मन्त्रः

ஓம் ஸாம் ஸுப்ரமண்யாய ஸ்வாஹா - ॐ सुं
सुब्रह्मण्याय स्वाहा

5. ஶ்ரீ நாகேஸ்வர ஸுப்ரஹ்மண்ய மந்திர: -
     श्री नागेश्वर सुब्रह्मण्य मन्त्रः

ஓம் ஶ்ரீம் ஹ்ரீம் க்லீம் ஐம் ஈம் ணம் ஸ்வாம்
ஸரவணபவாய ஸ்வாஹா
ॐ श्री ह्री क्ली ई णं स्वां शरवणभवाय स्वाहा

6. ஶ்ரீ ஸுப்ரஹ்மண்ய மஹா மந்திர: -
     श्री सुब्रह्मण्य महामन्त्रः

ஓம் ஶ்ரீம் ஹ்ரீம் க்லீம் ஸம் ஸரவணபவாய
ஸ்வாஹா
ॐ श्री ह्री क्ली सं शरवणभवाय स्वाहा

7. ஶ்ரீ ஸுப்ரஹ்மண்ய பஞ்சதஸாக்ஷரீ மந்திர: -
     श्री सुब्रह्मण्य पञ्चदशाक्षरी मन्त्रः

ஓம் ஶ்ரீம் ஹ்ரீம் க்லீம் ஐம் ஈம் எம் ரம் நம் ஸௌ:
ஸரவணபவ
ॐ श्री ह्री क्ली ऐं ई ळं रं नं सौः शरवणभव

8. ஶ்ரீ ஸுப்ரஹ்மண்ய மாலா மந்திர: -
     श्री सुब्रह्मण्य मालामन्त्रः

ஓம் ஸரவணோத்பவாய ஸாம் ஸீம் ஸூம் ஸைம்
ஸௌம் ஸ: ஸுப்ரமண்யாய குமாராய
குக்குடத்வஜாய குங்குமவர்ணாய மஹாமோஹனாய
த்வாதஸாக்ஷராய ஸர்வஸத்ருஹராய பரஸைன்ய
வித்வம்ஸகாய தேவஸேனாதிபதயே ஸ்வாஹா
ॐ शरवणोत्भवाय सां सी सूं सैं सौं सः सुब्रह्मण्याय कुमाराय
कुक्कुटध्वजाय कुङ्कुमवर्णाय महामोहनाय द्वादशाक्षराय सर्व
शत्रुहराय परसैन्य वधिवंसकाय देवसेनाधिपतयें स्वाहा

9. குமாரதந்த்ரோக்த ஶ்ரீ ஸுப்ரஹ்மண்ய மாலா
    மந்திர: - कुमारतन्त्रोक्त श्री सुब्रह्मण्य मालामन्त्रः

ஓம் ஶ்ரீம் ஹ்ரீம் க்லீம் ரம் நம் எம் ஸௌ:
                ஸரவணபவாய ||

ஓம் நமோ பகவதே கௌரீஸுதாய, அகோரரூபாய,
உக்ரரூபாய, ஆகாஶ ஸ்வரூபாய, ஶரவணபவாய,
ஶக்தி ஶூல **கதா** பரஸு ஹஸ்தாய, பாஶாங்குஶ
தோமர **பாணமுஸல தராய**, அநேக
ஶஸ்த்ராலங்க்ருதாய, ஶ்ரீ ஸுப்ரஹ்மண்யாய,
ஹாரநூபுர கேயூர கநக குண்டல மேகலாத்யநேக
ஸர்வாபரணாலங்க்ருதாய, ஶதாநந்த ஶரீராய,
ஸகல **ருத்ர** கணஸேவிதாய, ஓம் ரம், நம், எம்
ஸ்கந்தரூபாய ஸகல மந்த்ர கணஸேவிதாய,
கங்காபுத்ராய, ஶாகிநீ, **டாகிநீ**, பூதப்ரேத, பிஶாச,
கணஸேவிதாய, அஸுரகுலநாஶநாய,
ஓம் ஶ்ரீம் ரோம் க்லீம் ஹ்ரீம் ஹூம் பட் ஸ்வாஹா

ॐ श्रीं ह्रीं क्लीं रं नं ळं सौः शरवणभवाय ।। ॐ नमो भगवते गौरीसुताय,
अघोररूपाय, उग्ररूपाय, आकाशस्वरूपाय, शरवणभवाय, शक्तिशूलगदापरशु
हस्ताय, पाशाङ्कुश तोमर बाणमुसलधराय, अनेकशस्त्रालङ्कृताय, श्री
सुब्रह्मण्याय, हारनूपुरकेयूर कनक कुण्डल मेखलाद्यनेक
सर्वाभरणालङ्कृताय, शतानन्दशरीराय, सकलरुद्रगणसेवतिाय, ॐ रं नं ळं
स्कन्दरूपाय, सकलमन्त्रगणसेवतिाय, गङ्गापुत्राय, शाकिनी डाकिनी भूतप्रेत
पिशाच गणसेवतिाय, असुरकुलनाशनाय, ॐ श्रीं रों क्लीं ह्रीं हुं फट् स्वाहा

*****

சைவம் - शैवम्

ஷண்மதங்களுள் சைவ மதமே பெரும்பாலும் பின்பற்றப் படுகிறது. பஞ்சாயதன பூஜையில் ஸிவபெருமானைப் ப்ரதானமாக நடுவில் இருத்தி உபாஸிக்கப் படுவது வழக்கம். ஸிவன் சைவத்தை ஏற்படுத்தியும், சைவத்தினால் ஸிவனை வழிபடுவதாகவும், ஸிவம் என்ற பதத்திற்கு மங்களம் என்று பொருள் என்றும் சொல்லப்படுகிறது.

18 மஹாபுராணங்களில் 10 புராணங்கள் சிவனைப் பற்றியே உள்ளன. ஸிவனை நிஷ்கள வடிவமாக ஞானிகளும், ஸோமாஸ்கந்தர், நடராஜர், சந்திரஸேகர், தக்ஷிணாமூர்த்தி போன்ற பல உருவங்களில் ஸகுண வடிவமாகவும், அவயவங்களின்றி லிங்கரூபமாகவும் உபாஸிப்பது வழக்கம்.

எல்லாவற்றையும் தன்னுள் அடக்கிக் கொண்டு பிறரால் வஸ்யப் படுத்த இயலாதவர் ஸிவன் எனப்படும். ஓங்கார ஸ்வரூபமே பரமேஸ்வரன் என்பதாக ப்ரஸித்தமாக விளக்கப் பட்டுள்ளது. சைவ ஸித்தாந்தத்திலும் சைவத்தையும், பரமேஸ்வர மஹிமையும் விரிவாக பரிந்துரைக்கப் பட்டுள்ளன.

ஸிவ மந்திரங்கள் - शिव मन्त्रा:

1. ஸ்ரீ ஸிவ பஞ்சாக்ஷரீ மந்த்ரா: - श्री शिव पञ्चाक्षरी मन्त्र:
ஓம் நம: ஸிவாய - ॐ नम: शिवाय

2. ஸ்ரீ ஸக்தி பஞ்சாக்ஷரீ மந்த்ர: - श्री शक्ति पञ्चाक्षरी मन्त्र:
ஹ்ரீம் ஓம் நம: ஸிவாய ஹ்ரீம் - ह्रीं ॐ नम: शिवाय ह्रीं

3. ஸ்ரீ சிதம்பர பஞ்சாக்ஷர மந்த்ர: श्री चिदम्बर पञ्चाक्षर मन्त्र:
ஸிவ ஸிவ ஸரணம் ஸிவானந்தம் ஸிவ ஸிவ ஸிவாய ஸிவாய நம:
शिव शिव शरणं शिवानन्द् शिव शिव शिवाय शिवाय नम:

4. ஸ்ரீ குரு தாரக பஞ்சாக்ஷரீ மந்த்ர: -
     श्री गुरु तारक पञ्चाक्षरी मन्त्र:

ஓம் நம: ஸ்ரீ குருதேவாய பரமபுருஷாய
ஸர்வதேவதா வஸீகராய ஸர்வாரிஷ்ட விநாஶாய
ஸர்வ துர்மந்த்ர சேதனாய த்ரைலோக்யம்
வஶமானய ஸ்வாஹா

ओं नम: श्री गुरुदेवाय परमपुरुषाय सर्वदेवता वशीकराय सर्वारिष्ट विनाशाय सर्व दुर्मन्त्रछेदनाय त्रैलोक्यं वशमानय स्वाहा

5. ஸ்ரீ ஸைவாஷ்டாக்ஷர மந்த்ர: - श्री शैवाष्टाक्षर मन्त्र:
ஓம் ஹ்ரீம் ஹ்ரௌம் நம: ஶிவாய - ओं ह्रीं ह्रौं नम: शिवाय

6. ஸ்ரீ தஶாக்ஷர ருத்ர மந்த்ர: - श्री दशाक्षर रुद्र मन्त्र:
ஓம் நமோ பகவதே ருத்ராய - ओं नमो भगवते रुद्राय

7. ஸ்ரீ த்ரயக்ஷர ம்ருத்யுஞ்ஜய மந்த்ர: -
     श्री त्रयक्षर मृत्युञ्जय मन्त्र:

ஓம் வம் ஜூம் ஸ: - ओं वं जूं स:

8. ஸ்ரீ தக்ஷிணாமூர்த்தி மந்த்ர: - श्री दक्षिणामूर्ति मन्त्र:
ஓம் ஹ்ரீம் தக்ஷிணாமூர்தயே துப்யம் வடமூல
நிவாஸினே த்யானைக நிரதாங்காய நமோ ருத்ராய
ஶம்பவே ஹ்ரீம் ஓம்

ओं ह्रीं दक्षिणामूर्तये तुभ्यं वटमूलनिवासिने ध्यानैकनिरताङ्गाय नमो रुद्राय शम्भवे ह्रीं ओं

9. ஸ்ரீ தக்ஷிணாமூர்த்தி நவாக்ஷரீ மந்த்ர: -
     श्री दक्षिणामोर्ति नवाक्षरी मन्त्र:

ஓம் ஶ்ரீம் நம: ஶிவாய ஓம் ஶ்ரீம் - ओं श्रीं नम: शिवाय ओं श्रीं

10. ஸ்ரீ ஸாம்ப தக்ஷிணாமூர்த்தி மந்த்ர: -
     श्री साम्ब दक्षिणामूर्ति मन्त्र:

ஓம் ஐம் நம: க்லீம் ஶிவாய ஸௌ: -
ओं ऐं नम: क्लीं शिवाय सौ:

11. ஸ்ரீ மேதா தக்ஷிணாமூர்த்தி மந்த்ர: -
     श्री मेधा दक्षिणामूर्ति मन्त्र:

ஓம் நமோ பகவதே தக்ஷிணாமூர்தயே மஹயம்
மேதாம் ப்ரஜ்ஞாம் ப்ரயச்ச ஸ்வாஹா
ओं नमो भगवते दक्षिणामूर्तये महं मेधां प्रज्ञां प्रयच्छ स्वाहा

12. ஶ்ரீ அபஸ்மாரஹர தக்ஷிணாமூர்த்தி மந்த்ர: - श्री अपस्मारहर दक्षिणामूर्ति मन्त्र:

ஓம் ஹ்ரீம் ஹ்ராம் நமோ பகவதே
தக்ஷிணாமூர்தயே வீராஸனஸ்திதாய கே கே
ஸமஸ்தாபஸ்மாரான் நாஶய நாஶய ஹூம் பட்
ஸ்வாஹா
ओं हीं हां नमो भगवते दक्षिणामूर्तये वीरासनस्थिताय खे खे
समस्तापस्मारान नाशय नाशय हुं फट् स्वाहा

13. ஶ்ரீ பாஶுபதாஸ்த்ர மந்த்ர: - श्री पाशुपतास्त्र मन्त्र:
ஓம் ஶ்லீம் பஶு ஹூம் பட் - ओं शलीं पशु हुं फट्

14. ஶ்ரீ ஶரபஸாளுவ மந்த்ர: - श्री शरभसालुव मन्त्र:
ஓம் கேம் காம் கம் பட் ப்ராணக்ரஹாஸி
ப்ராணக்ரஹாஸி ஹூம் பட் ஸர்வ ஶத்ரு
ஸம்ஹரணாய ஶரபஸாளுவாய பக்ஷிராஜாய ஹூம்
பட் ஸ்வாஹா
ओं खें खां खं फट् प्राण्ग्राहासि प्राण्ग्रहासि हुं फट् सर्व शत्रु
सम्हरणाय पक्षिराजाय हुं फट्
स्वाहा

**15. ஶ்ரீ ஶரபேஶ்வர
மந்த்ர: -** श्री शरभेश्वर मन्त्र:
ஓம் நமோஉஷ்டபாதாய
ஸஹஸ்ரபாஹவே
த்விஶிரஸே த்ரிநேத்ராய
த்விபக்ஷாயாக்னி
வர்ணாய ம்ருக
விஹங்கரூபாய
வீரஶரபேஶ்வராய ஓம்
ओं नमोऽष्टपादाय सहस्रबाहवे द्विशिरसे त्रिनेत्राय द्विपक्षायाग्नि वर्णाय मुग
विहङ्गरूपाय वीरशरभेश्वराय ओं

16. ஶ்ரீ அகோர மந்த்ர: - श्री अघोर मन्त्र:

ஹ்ரீம் ஸ்புர ஸ்புர ப்ரஸ்புர ப்ரஸ்புர கோர கோரதர
தனுரூப சட சட ப்ரசட ப்ரசட கஹ்ற கஹ்ற வம வம
பந்தய பந்தய காதய காதய ஹூம் பட்
हीं स्पुर स्पुर प्रस्पुर प्रस्पुर घोर घोरतर तनुरूप चट चट प्रचट प्रचट
कह कह वम वम बन्धय बन्धय खादय खादय हुं फट्

17. ஸ்ரீ உக்ர பைரவ மந்த்ர: - श्री उग्र भैरव मन्त्र:
ஓம் நமோ பகவதே உக்ரபைரவாய ஸர்வவிக்னம்
நாஶய ட: ட: ஸ்வாஹா
ओं नमो भगवते उग्रभैरवाय सर्वविघ्नं नाशय ठ: ठ: स्वाहा

18. ஸ்ரீ ஆபதுத்தாரண வடுக பைரவ மந்த்ர: -
　　श्री आपदुद्धारण वटुक भैरव मन्त्र:
ஓம் ஸ்ரீம் ஹ்ரீம் க்லீம் க்ஷம்ர்யூம் வடுகாய
ஆபதுத்தாரணாய குரு குரு வடுகாய ஹ்ரீம்
ओं श्रीं हीं क्लीं क्षय्रयूं वटुकाय आपदुद्धारणाय कुरु कुरु वटुकाय हीं

19. ஸ்ரீ விரிஞ்சி வடுக மந்த்ர: - श्री विरिञ्चि वटुक मन्त्र:
ஹ்ரீம் ஸ்ரீம் ஹூம் பட் விரிஞ்சிவடுகாய நம:
हीं श्रीं हुं फट् विरिञ्चि वटुकाय नम:

20. ஸ்ரீ முகுந்த வடுக மந்த்ர: - श्री मुकन्द वटुक मन्त्र:
ஹ்ரீம் ஸ்ரீம் ஹூம் பட் ஸ்ரீ முகுந்த வடுகாய நம:
हीं श्रीं हुं फट् श्री मुकन्द वटुकाय नम:

21. ஸ்ரீ ருத்ர வடுக மந்த்ர: - श्री रुद्र वटुक मन्त्र:
ஓம் ஸ்ரீம் ஹ்ரீம் ஹூம் பட் ஸ்ரீ ருத்ர வடுகாய நம:
हीं श्रीं हुं फट् श्री रुद्र वटुकाय नम:

22. ஸ்ரீ ஸ்வர்ணாகர்ஷண பைரவ மந்த்ர: -
　　श्री स्वर्णाकर्षण भैरव मन्त्र:
ஓம் வம் ஆம் ஹ்ரூம் ஹ்ரீம் ஹ்ராம் மஹா
பைரவாய பணஸ்தாயா ஜாமில பந்தனாய
லோகேஸ்வராய மம தாரித்ரய அபஹராய
ஹ்ராம் ஹ்ரீம் ஹ்ரூம் ஆம் வம் ஓம் ஸ்வாஹா
ओं वं आं हीं हीं हां महा भैरवाय, पणस्ताया जामिल बन्धनाय
लोकेश्वराय मम दारिद्रयापहाराय हां हीं हूं आं वं ओं स्वाहा

23. ஸ்ரீ குபேர மந்த்ர - श्री कुबेर मन्त्र:

ஓம் யக்ஷாய குபேராய வைஸ்ரவணாய தனதான்ய
அதிபதயே தனதான்ய ஸம்ருத்திம் மே தேஹி தாபய
ஸ்வாஹா

ॐ यक्षाय कुबेराय वैश्रवणाय धनधान्य अधिपतये धनधान्य समृद्धि मे
देहि दापय स्वाहा

24. ஸ்ரீ க்ஷேத்ரபால மந்த்ர: - श्री क्षेत्रपाल मन्त्र:

ஓம் நமோ பகவதே க்ஷேத்ரபால வ்யாக்ராய
ஸர்வபூஷணாய கபால டமரு கட்வாங்க
த்ரிஸூலதாரிணே ஹ்ரீம் ஹ்ரீம் ஹூம் படி
ஸ்வாஹா

ॐ नमो भगवते क्षेत्रपाल व्याग्राय सर्वभूषणाय कपाल डमरु खट्वाङ्ग
त्रिशूलधारिणे हीं हीं हुं फट् स्वाहा

25. ஸ்ரீ சண்டேஸ்வர மந்த்ர: - श्री चण्डेश्वर मन्त्र:

ஊர்த்வ படி - ऊर्ध्व फट्

26. ஸ்ரீ வீரபத்ர மந்த்ர: - श्री वीरभद्र मन्त्र:

ஓம் ஹெளம் வீரபத்ராய அதிக்ரூராய ருத்ரகோப
ஸம்பவாய ஸர்வதுஷ்ட நிபர்ஹணாய ஹூம் படி
ஸ்வாஹா

ॐ हौं वीरभद्राय अतिक्रूराय रुद्रकोप
सम्भवाय सर्वदुष्टनिबर्हणाय हुं फट् स्वाहा

27. ஸ்ரீ ஸங்கர நாராயண மந்த்ர:
- श्री शङ्करनारायण मन्त्र:

ஓம் ஹ்ரெளம் ஹ்ரீம் ஸங்கர
நாராயணாய நம: ஓம்
ஹ்ரெளம் ஹ்ரீம்

ॐ हौं हीं शङ्कर नारायणाय नम: ॐ हौं
हीं

*****

வைஷ்ணவம்
- वैष्णवम्

<u>ஷண்மதங்களுள் வைஷ்ணவ மதமே</u> இரண்டாவதாக பெரும்பாலும் பின்பற்றப் படுகிறது. ஸ்ரீய: பதியான ஸ்ரீமன் நாராயணனுடைய சம்பத்தாலும், ஆழ்வார்கள் ஆச்சார்யர்களால் வளர்க்கப் பட்டதாலும், பிற்காலத்தில் மஹாசாரியர்கள் ஸ்ரீவைஷ்ணவத்தில் அவதரித்ததாலும் ஸ்ரீ வைஷ்ணவம் ஒரு கட்டுக் கோப்பான சமயமாக இன்றளவும் நன்னெறியிலிருந்து வழுவாமல் இயங்கி வருகிறது. ஸ்ரீமன் நாராயணனையே பரதத்துவமாகவும், ஆச்சாரியரை நடமாடும் தெய்வமாகவும் கொண்ட இம்மதம் "திருமால் நெறி" என்றே அழைக்கப் படுகிறது.

ஸ்ரீ வைஷ்ணவம் என்பது ஸ்ரீ மஹாவிஷ்ணுவை பரம்பொருளாகவும், முழுமுதற் கடவுளாகவும் கொண்ட சமயமாகும். வைஷ்ணவம் என்ற சமயம், மற்றும் அதனுடைய தத்துவஜ்ஞான ஸாஸ்திரமான விஷிஷ்டாத்வைத வேதாந்தம், மிகவும் புராதனமானவை.

ஸ்ரீ விஷ்ணு மந்திரங்கள் - श्री विष्णु मन्त्र:

1. ஸ்ரீ நாராயண அஷ்டாக்ஷரீ மந்திர: -
   श्री नारायण अष्टाक्षरी मन्त्र:
   ஓம் நமோ நாராயணாய - ॐ नमो नारायणाय

2. ஸ்ரீ விஶ்வரூப மந்திர: - श्री विश्वरूप मन्त्र:
   ஓம் நமோ பகவதே மஹாவிஷ்ணவே வாஸுதேவாய விஶ்வரூப ஶரணம் பவ மே ப்ரப விஷ்ணவே நம:
   ॐ नमो भगवते महाविष्णवे वासुदेवाय विश्वरूप शरणं भव मे प्रभ विष्णवे नम:

3. ஸ்ரீ லக்ஷ்மீ வாஸுதேவ மந்த்ர: - श्री लक्ष्मी वासुदेव मन्त्र:

ஓம் ஹ்ரீம் ஹ்ரீம் ஸ்ரீம் ஸ்ரீம் லக்ஷ்மீ
வாஸுதேவாய நம:

ॐ ह्रीं ह्रीं श्रीं श्रीं लक्ष्मी वासुदेवाय नम:

4. ஸ்ரீ ஹயக்ரீவ ஏகாதஸாக்ஷர மந்த்ர: -
    श्री हयग्रीव एकादशाक्षर मन्त्र:

ஓம் ஹ்ரீம் ஹயஸிர: ஹ்ரீம் க்ரோம் ஹூம் பட் நம:

ॐ ह्रीं हयशिर: ह्रीं क्रों हुं फट् नम:

5. ஸ்ரீ ஹயக்ரீவ அனுஷ்டுப் மந்த்ர: -
    श्री हयग्रीव अनुष्टुप् मन्त्र:

உத்கீத ப்ரணவோத்கீத ஸர்வவாகீஸ்வரேஸ்வர
ஸர்வவேதமயாசிந்த்ய ஸர்வம் போதய போதய

उद्गीथ प्रणवोद्गीथ सर्ववागीश्वरेश्वर सर्ववेदमयाचिन्त्य सर्व बोधय बोधय

6. ஸ்ரீ ததிபக்தஹயக்ரீவ மந்த்ர: - श्री दधिभकत हयग्रीव
    मन्त्र:

ஓம் நமோ பகவதே ஹயஸிரஸே அந்நாதிபதயே
அந்நாதய அக்ரூராய அக்ரூரகர்மணே பகவன்
பக்ஷய போஜ்யன்ன தானமாவஹாவஹ ஸ்வாஹா

ॐ नमो भगवते हयशिरसे अन्नाधिपतये अन्नादय अक्रूराय अक्रूरकर्मणे
भगवन् भक्ष्य भोज्यन्न दानमावहावह स्वाहा

7. ஸ்ரீ ஸௌர்யநாராயண மந்த்ர: - श्री सूर्यनारायण मन्त्र:
ஓம் க்ருணி: ஸௌர்ய ஆதித்யோம் - ॐ घृणि: सूर्य
अदित्योम्

8. ஸ்ரீ ஸுதர்ஸன மந்த்ர: - श्री सुदर्शन मन्त्र:
ஓம் க்லீம் க்ருஷ்ணாய கோவிந்தாய கோபீஜன
வல்லபாய பராய பரமபுருஷாய பரமாத்மனே பரகர்ம
மந்த்ர யந்த்ர ஒளஷத அஸ்த்ர ஸஸ்த்ராணி
ஸம்ஹர ஸம்ஹர, ம்ருத்யோர் மோசய மோசய
ஓம் நமோ பகவதே மஹாஸுதர்ஸனாய தீப்த்ரே,
ஜ்வாலா பரிதாய, ஸர்வதிக் க்ஷோபணகராய ஹூம்
பட் ப்ரஹ்மணே பரஞ்ஜ்யோதிஷே ஸ்வாஹா

ॐ क्लीं कृष्णाय गोविन्दाय गोपीजन वल्लभाय पराय परमपुरुषाय
परमात्मने परकर्म मन्त्र यन्त्र औषधास्त्र शस्त्राणि संहर संहर

ॠस्त्योर्मोचय मोचय ओं नमो भगवते महा सुदर्शनाय दीप्ते ज्वाला

परीताय सर्वदिक् क्षोभणकराय हुं फट् ब्रह्मणे परज्ज्योतिषे स्वाहा

9. ஸ்ரீ தன்வந்தரி மந்த்ர: - श्री धन्वन्तरि मन्त्र:

ஓம் நமோ பகவதே தன்வந்தரயே அம்ருதகலஶ
ஹஸ்தாய ஸர்வாமய வினாஶனாய த்ரைலோக
நாதாய விஷ்ணவே ஸ்வாஹா
ओं नमो भगवते धन्वन्तरये अमृतकलश हस्ताय सर्वामय विनाशनाय
त्रैलोक नाथाय विष्णवे स्वाहा

10. ஸ்ரீ மத்ஸ்ய மந்த்ர: - श्री मत्स्य मन्त्र:

ஓம் ஆம் ஹ்ரீம் க்ரோம் மம் மத்ஸ்யராஜாய நம:
ओं आं हीं क्रों मं मत्स्यराजाय नम:

11. ஸ்ரீ கூர்ம மந்த்ர: - श्री कूर्म मन्त्र:

ஓம் நமோ பகவதே கும் கூர்மாய தராதர துரந்தராய
நம:
ओं नमो भगवते कुं कूर्माय धराधर धुरन्धराय नम:

12. ஸ்ரீ வராஹ மந்த்ர: - श्री वराह मन्त्र:

ஓம் நமோ பகவதே வராஹரூபாய பூர்புவஸ்ஸுவ:
பதயே பூபதித்வம் மே தேஹி தாபய ஸ்வாஹா
ओं नमो भगवते वराहरूपाय भूर्भुवस्सुव: पतये भूपतित्वं मे देहि दापय
स्वाहा

13. ஸ்ரீ வாமன மந்த்ர: - श्री वामन मन्त्र:

ஓம் க்லீம் ஸ்ரீம் வம் நமோ விஷ்ணவே ஸூரபதயே
மஹாபலாய ஸ்வாஹா
ओं क्लीं श्रीं वं नमो विष्णवे सुरपतये महाबलाय स्वाहा

14. ஸ்ரீ ந்ருஸிம்ஹ த்வாத்ரிம்ஶதக்ஷர மந்த்ர: -
    श्री नृसिंह द्वात्रिशदक्षर मन्त्र:

ஓம் உக்ரம் வீரம் மஹாவிஷ்ணும் ஜ்வலந்தம்
ஸர்வதோமுகம் ந்ருஸிம்ஹம் பீஷணம் பத்ரம்
ம்ருத்யு ம்ருத்யும் நமாம்யஹம்
ओं उग्रं वीरं महाविष्णुं ज्वलन्तं सर्वतोमुखं नृसिंहं भीषणं भद्रं मृत्युमृत्युं
नमाम्यहम्

15. ஸ்ரீ லக்ஷ்மீ ந்ருஸிம்ஹ மந்த்ர: - श्री लक्ष्मीनृसिंह मन्त्र:

ஓம் ஸ்ரீம் ஹ்ரீம் ஜய ஜய லக்ஷ்மீப்ரியாய
நித்யப்ரமுதித சேதஸே லக்ஷ்மீ ஸ்ரிதார்த தேஹாய
க்ஷ்ரௌம் ஹ்ரீம் நம:

ॐ श्रीं ह्रीं जय जय लक्ष्मीप्रियाय नित्यप्रमुदित चेतसे लक्ष्मीश्रितार्द्दिहाय
क्ष्रौं ह्रीं नम:

16. ஸ்ரீ ஸுதர்ஶன நாரஸிம்ஹ மந்த்ர: -
ஸ்ரீ सुदर्शननारसिंह मन्त्र:

ஓம் ஸஹஸ்ரார ஜ்வாலாவர்திநே க்ஷ்ரௌம் ஹன
ஹன ஹ்ரூம் படட் ஸ்வாஹா

ॐ सहस्रार ज्वालावर्त्तिने क्ष्रौं हन हन हुम् फट् स्वाहा

17. ஸ்ரீ ராம தஶாக்ஷர மந்த்ர: - श्री राम दशाक्षर मन्त्र:

ஓம் ஹ்ரூம் ஜானகீவல்லபாய ஸ்வாஹா

ॐ हुं जानकीवल्लभाय स्वाहा

18. ஸ்ரீ க்ருஷ்ண அஷ்டாதஶாக்ஷர மந்த்ர: -
श्री कृष्ण अष्टादशाक्षर मन्त्र:

ஓம் க்லீம் க்ருஷ்ணாய கோவிந்தாய கோபீஜன
வல்லபாய ஸ்வாஹா

ॐ क्लीं कृष्णाय गोविन्दाय गोपीजन वल्लभाय स्वाहा

19. ஸ்ரீ வித்யா கோபால மந்த்ர: - श्री विद्या गोपाल मन्त्र:

ஓம் ஐம் க்லீம் க்ருஷ்ணாய ஹ்ரீம் கோவிந்தாய
ஸ்ரீம் கோபீஜன வல்லபாய ஸ்வாஹா ஸௌ:

ॐ ऐं क्लीं कृष्णाय ह्रीं गोविन्दाय श्रीं गोपीजन वल्लभाय स्वाहा सौ:

20. ஸ்ரீ அன்ன கோபால மந்த்ர: - श्री अन्नगोपाल मन्त्र:

அன்னரூப ரஸரூப துஷ்டிரூப நமோ நம: அந்நாதி
பதயே மஹான்னம் ப்ரயச்ச ஸ்வாஹா

अन्नरूप रसरूप तुष्टिरूप नमो नम: । अन्नाधि पतये ममान्नं प्रयच्छ स्वाहा

21. வரலாபப்ரத ஸ்ரீ ருக்மணீ மந்த்ர: -
वरलाभप्रद श्री रुक्मिणी वल्लभ मन्त्र:

ஓம் நமோ பகவதே ருக்மிணீவல்லபாய ஸ்வாஹா

ॐ नमो भगवते रुक्मिणीवल्लभाय स्वाहा

22. ஸ்ரீ ஸந்தான கோபால மந்த்ர: - श्री सन्तानगोपाल मन्त्र:

ஓம் ஸ்ரீம் ஹ்ரீம் க்லீம் க்லௌம் தேவகீஸுத
கோவிந்த வாஸுதேவ ஜகத்பதே | தேஹி மே
தனயம் க்ருஷ்ண த்வாமஹம் ஶரணம் கத: ||

ओं श्रीं हीं क्लीं ग्लौं देवकीसुत गोविन्द वासुदेव जगत्पते । देहि मे
तनयं कृष्ण त्वमहं शरणं गत: ॥

23. ஸ்ரீ வாஸுதேவ ஷோடஸாக்ஷரீ மந்த்ர: -
ஸ்ரீ वासुदेव षोडशाक्षरी मन्त्र:

ஓம் நமோ பகவதே வாஸுதேவாய ஹூம் பட் ஸ்வாஹா

ओं नमो भगवते वासुदेवाय हूं फट् स्वाहा

24. ஸ்ரீ ஆஸுகருட மந்த்ர: - श्री आशुगरुड मन्त्र:

ஓம் ஸ்ரீம் ஸ்ரீம் கருடாய கருடாய, மஹாகருடாய,
ஸமஸ்தாண்டாண்ட பஹிஸ்த்ரைலோக்ய நாயகாய,
நாகஶோணித திக்தாங்காய, ஓம் பக்ஷிராஜாய,
விஷ்ணுவாஹனாய, ஸர்வஸர்ப்பான் ஸம்ஹர
ஸம்ஹர, மட மட மர்தய மர்தய, மோடய மோடய,
லோடய லோடய, த்ரோடய த்ரோடய, ப்ராமய ப்ராமய,
முஞ்ச முஞ்ச, ஆகர்ஷய ஆகர்ஷய, ஆகச்ச ஆகச்ச,
ஆவேஸய ஆவேஸய, ஸித்தய ஸித்தய m ஶீக்ர ஶீக்ர
ஸமஸ்த பூதவேதாளான் நாஸய நாஸய, ஸர்வக்ரஹான்
நாஸய நாஸய, ஸர்வஸத்ரூன் விநாஸய விநாஸய,
ஸர்வ ஸர்பான் ஸம்ஹர ஸம்ஹர, ஸ்வாஹா

ओं श्रीं श्रीं गरुडाय गरुडाय, महागरुडाय, समस्ताण्डाण्ड बहिस्त्रैलोक्य
नायकाय, नागशोणितदिग्धाङ्गाय, ओं पक्षिराजाय, विष्णुवाहनाय, सर्वसर्पान्
संहर संहर, मठ मठ, मर्दय मर्दय, मोटय मोटय, लोटय लोटय, त्रोटय त्रोटय,
भ्रामय भ्रामय, मुञ्च मुञ्च, आकर्षय आकर्षय, आगच्छ आगच्छ, आवेशय
आवेशय, सदिधय सदिधय, शीघ्र शीघ्र समस्तभूतवेताळान् नाशय नाशय,
सर्वग्रहान् नाशय नाशय, सर्वशत्रून् विनाशय विनाशय, सर्वसर्पान् संहर संहर

25. ஸ்ரீ ஹனுமன் மந்த்ர: - श्री हनुमन् मन्त्र:

ஓம் நமோ பகவதே ஹனுமதே மம மதனக்ஷோபம்
ஸம்ஹர ஸம்ஹர ஆத்மதத்வம் ப்ரகாஸய ப்ரகாஸய
ஹூம் பட் ஸ்வாஹா

ॐ नमो भगवते हनुमते मम मदनक्षोभं संहर संहर आत्मतत्वं प्रकाशय फट् स्वाहा

26. ஸ்ரீ பஞ்சமுக ஹனுமத் கவச மஹா மந்த்ர: -

श्री पञ्चमुख हनुमन् कवच महामन्त्रः

ஓம் ஹரிமர்கட மர்கடாய ஸ்வாஹா

ஓம் நமோ பகவதே பஞ்சவதனாய பூர்வகபிமுகாய ஸகலஶத்ரு ஸம்ஹரணாய ஸ்வாஹா |

ஓம் நமோ பகவதே பஞ்சவதனாய தக்ஷிணமுகாய கராள வதனாய நரஸிம்ஹாய ஸகலபூதமர்தனாய ஸ்வாஹா |

ஓம் நமோ பகவதே பஞ்சவதனாய பஶ்சிமமுகாய கருடானனாய ஸகலவிஷஹராய ஸ்வாஹா |

ஓம் நமோ பகவதே பஞ்சவதனாய உத்தரமுகாய ஆதிவராஹாய ஸகல ஸம்பத்கராய ஸ்வாஹா |

ஓம் நமோ பகவதே பஞ்சவதனாய ஊர்த்வமுகாய ஹயக்ரீவாய ஸகலஜன வஶங்கராய ஸ்வாஹா |

ॐ हरिमर्कट मर्कटाय स्वाहा ।

ॐ नमो भगवते पञ्चवदनाय पूर्वकपिमुखाय सकलशत्रु संहरणाय स्वाहा ।

ॐ नमो भगवते पञ्चवदनाय दक्षिणिमुखाय कराळवदनाय नरसिंहाय सकलभूतमर्दनाय स्वाहा ।

ॐ नमो भगवते पञ्चवदनाय पश्चिमुखाय गरुडाननाय सकलवषिहराय स्वाहा ।

ॐ नमो भगवते पञ्चवदनाय उत्तरमुखाय आदिवराहाय सकलसम्पत्कराय

ॐ नमो भगवते पञ्चवदनाय ऊर्ध्वमुखाय हयग्रीवाय सकलजनवशङ्कराय स्वाहा ।

ஸௌரம் -
सौरम्

நம் முன்னோர்களான வேதகால மஹரிஷிகள் இயற்கையோடு இயைந்த பெருவாழ்வு வாழ்ந்த மஹாஞானிகள். அவர்கள் இயற்கை ஶக்திகளான, பூமி, நெருப்பு, நீர், ஆகாயம், காற்று ஆகிய ஒவ்வொன்றின் உண்மையான ஆற்றலையும் பயனையும் தம் நுண்ணிய ஆன்மீக அறிவுத் திறனால் கண்டறிந்த உண்மையான விஞ்ஞானிகளாவர். ஆகையால்தான், இக்கால விஞ்ஞானிகளைப் போல், இயற்கை ஶக்திகளை, உயிரற்ற ஜடப் பொருளாகப் புறக்கணிக்காமல், அவற்றோடு முறையான தொடர்பை கொண்டிருந்தார்கள். இந்த இயற்கை ஶக்திகள் ஒவ்வொன்றையும் இவ்வுலக வாழ்வின் ஆதார ஶக்தியாகக் கண்டறிந்த அவர்கள், அவற்றை தேவதா ஸ்வரூபங்களாக பாவித்து ஆராதனை செய்து வந்தார்கள். இயற்கையை இறைவனாகக் கொண்டாடிய நம் முன்னோர்கள் அவற்றை தமது தேவைகளுக்கு மீறியும், முறையற்ற வகையிலும் பயன்படுத்தாமல் இயற்கையிலிருந்து இவ்வுலக வாழ்க்கைக்குத் தேவையான ஸௌகர்யங்களை அளவாகப் பெற்று ஆனந்தமாக வாழ்ந்தார்கள்.

பலவித தொழில்நுட்பத் துணையில்லாமலே மகரிஷிகள் வான ஸாஸ்த்ரத்தையும், கோளங்களின் இயக்கங்களையும் துல்லியமாகக் கணக்கிடும் வழிமுறைகளையும் அறிந்து வைத்திருந்தனர். இந்த கோள்களின் இயக்கம் மனித வாழ்வில் எவ்வெவ்வாறு தாக்கமளிக்கும் என்றும் ஜோதிட ஸாஸ்த்ரங்கள் குறித்து வைத்துள்ளனர். இப்படிப் பட்ட தாக்கத்தை முழ்வதுமாக அழிக்க இயலாவிட்டாலும், ஒரளவு குறைக்க இயலும் என்றும் கண்டறிந்து வெவ்வேறு நவக்ரஹங்களையும் அந்தந்த க்ரஹங்களுக்குரிய மந்திரங்களையும் நமக்கு அளித்துள்ளார்கள்.

ஜ்யோதிஷத் தந்தை என்றழைக்கப் படும் ஸ்ரீ பாஸ்கரர் கூறுகிறார் - நாம் வெயிலை தவிர்க்க இயலாது. ஆனால் பாதரட்சைகளையும், குடைகளையும் பயன் படுத்தி அதன் தாக்கத்தைக் குறைக்கலாம் - அதேபோல் க்ரஹங்களின் தாக்கத்தைக் முழுவதுமாக தவிர்க்க இயலாவிடினும், கீழ் கண்ட மந்திரங்களின் மூலம் அதைக் குறைக்க இயலும். அனைவரது நன்மைக்கு இம்மந்திரங்கள் பயன் படட்டும்.

நவக்ரஹ மந்திரங்கள் - नवग्रह मन्त्रा:

1. ஸ்ரீ ஸௌர்யக்ரஹ மூல மந்த்ர: - श्री सूर्यग्रह मूल मन्त्र:
ஓம் ஹ்ராம் ஹ்ரீம் ஹ்ரௌம் ஸ: ஸௌர்யக்ரஹாய நம:
ॐ ह्रां ह्रीं ह्रौं स: सूर्यग्रहाय नम:

2. ஸ்ரீ ஸௌர்யக்ரஹ காயத்ரீ - श्री सूर्यग्रह गायत्री
ஓம் பாஸ்கராய வித்மஹே மஹத்யுதிகராய தீமஹி |
தன்ன ஆதித்ய: ப்ரசோதயாத் ॥
ॐ भास्कराय विद्महे महद्द्युतिकराय धीमहि । तन्न आदित्य: प्रचोदयात्
॥

3. ஸ்ரீ ஸோமக்ரஹ மூல மந்த்ர: - श्री सोमग्रह मूल मन्त्र:
ஓம் வம் ஸம் வம் ஸ: ஸோமக்ரஹாய நம:
ॐ वं सं वं स: सोमग्रहाय नम:

4. ஸ்ரீ ஸோமக்ரஹ காயத்ரீ - श्री सोमग्रह गायत्री
ஓம் நிஶாகராய வித்மஹே ஸூதாஹஸ்தாய தீமஹி |
தன்னஶ்சந்த்ர: ப்ரசோதயாத் ॥
ॐ निशाकराय विद्महे सुधाहस्ताय धीमहि । तन्नश्चन्द्र प्रचोदयात् ॥
ஓம் பத்மத்வஜாய வித்மஹே ஹேமரூபாய தீமஹி |
தன்ன: ஸோம: ப்ரசோதயாத் ॥
ॐ पद्मध्वजाय विद्महे हेमरूपाय धीमहि । तन्न: सोम: प्रचोदयात् ॥

5. ஸ்ரீ அங்காரகக்ரஹ மூலமந்த்ர: - श्री अङ्गारकग्रह मूलमन्त्र:

ஓம் க்ராம் க்ரீம் க்ரௌம் ஸ: அங்காரக க்ரஹாய நம:

ॐ क्रां क्रीं क्रौं स: अङ्गारग्रहाय नम:

6. ஸ்ரீ அங்காரக க்ரஹ காயத்ரீ - श्री अङ्गारकग्रह गायत्री

ஓம் அங்காரகாய வித்மஹே ரக்தவர்ணாய தீமஹி ।
தன்னோ பௌம: ப்ரசோதயாத் ॥

ॐ अङ्गारकाय विद्महे रक्तवर्णाय धीमहि । तन्नो भौम: प्रचोदयात् ॥

ஓம் வீரத்வஜாய வித்மஹே விக்னஹஸ்தாய தீமஹி ।
தன்னோ பௌம: ப்ரசோதயாத் ॥

ॐ वीरध्वजाय विद्महे विघ्नहस्ताय धीमहि । तन्नो भौम: प्रचोदयात् ॥

7. ஸ்ரீ புதக்ரஹ மூல மந்த்ர: - श्री बुधग्रह मूल मन्त्र:
ஓம் ப்ராம் ப்ரீம் ப்ரௌம் ஸ: புதாய நம:
ॐ ब्रां ब्रीं ब्रौं स: बुधग्रहाय नम:

8. ஸ்ரீ புதக்ரஹ காயத்ரீ - श्री बुधग्रह गायत्री
ஓம் கஜத்வஜாய வித்மஹே கட்கஹஸ்தாய தீமஹி
। தன்னோ புத: ப்ரசோதயாத் ॥
ॐ गजध्वजाय विद्महे खड्गहस्ताय धीमहि । तन्नो बुध: प्रचोदयात् ॥
ஓம் ரௌஹிணேயாய வித்மஹே சந்த்ரபுத்ராய தீமஹி

தன்ன: ஸௌம்ய: ப்ரசோதயாத் ॥
ॐ रौहिणेयाय विद्महे चन्द्र पुत्राय धीमहि । तन्न: सौम्य: प्रचोदयात् ॥

9. ஸ்ரீ குருக்ரஹ மூல மந்த்ர: - श्री गुरुग्रह मूल मन्त्र:
ஓம் ஜாம் ஜீம் ஜௌம் ஸ: குரவே நம:
ॐ जां जीं जूं स: गुरवे नम:

10. ஸ்ரீ குருக்ரஹ காயத்ரீ - श्री गुरुग्रह गायत्री
ஓம் வ்ருஷபத்வஜாய வித்மஹே க்ருணிஹஸ்தாய
தீமஹி । தன்னோ குரு: ப்ரசோதயாத் ॥
ॐ वृषभध्वजाय विद्महे घृणिहस्ताय धीमहि । तन्नो गुरु: प्रचोदयात् ॥

ௐ ஆங்கீரஸாய வித்மஹே வாகீஸாய தீமஹி ।
தன்னோ ஜீவ: ப்ரசோதயாத் ॥
ॐ आङ्गीरसाय विद्महे वागीशाय धीमहि । तन्नो जीव: प्रचोदयात् ॥

11. ஸ்ரீ ஸுக்ரக்ரஹ மூல மந்த்ர - श्री शुक्रग्रह मूल मन्त्र:
ௐ ஹ்லாம் ஹ்லீம் ஹ்லௌம் ஸ: ஸுக்ராய நம:
ॐ ह्लां ह्लीं ह्लौं स: शुक्राय नम:

12. ஸ்ரீ ஸுக்ரக்ரஹ காயத்ரீ - श्री शुक्रग्रह गायत्री
ௐ அஸ்வத்வஜாய வித்மஹே தனுர்ஹஸ்தாய
தீமஹி । தன்ன: ஸுக்ர: ப்ரசோதயாத் ॥
ॐ अश्वध्वजाय विद्महे धनुर्हस्ताय धीमहि । तन्न: शुक्र: प्रचोदयात् ॥
ௐ பார்கவாய வித்மஹே வித்யாதீஸாய தீமஹி ।
தன்ன: ஸுக்ர: ப்ரசோதயாத் ॥
ॐ भार्गवाय विद्महे विद्याधीशाय धीमहि । तन्न: शुक्र: प्रचोदयात् ॥

13. ஸ்ரீ ஸனைஸ்சரக்ரஹ மூலமந்த்ர: - श्री शनैश्वरग्रह
मूलमन्त्र:
ௐ ப்ராம் ப்ரீம் ப்ரௌம் ஸ: மந்தாய நம:
ॐ प्रां प्रीं प्रौं स: मन्दाय नम:

14. ஸ்ரீ ஸனைஸ்சர க்ரஹ காயத்ரீ - श्री शनैश्वरग्रह गायत्री
ௐ காகத்வஜாய வித்மஹே கட்கஹஸ்தாய தீமஹி
।
தன்னோ மந்த: ப்ரசோதயாத் ॥
ॐ काकध्वजाय विद्महे खड्गहस्ताय धीमहि । तन्नो मन्द: प्रचोदयात् ॥
ௐ ஸனைஸ்சராய வித்மஹே ஸாயாபுத்ராய தீமஹி
।
தன்னோ மந்த: ப்ரசோதயாத் ॥
ॐ शनैश्वराय विद्महे छायापुत्राय धीमहि । तन्नो मन्द: प्रचोदयात् ॥

15. ஸ்ரீ ராஹு க்ரஹ மூல மந்த்ர - श्री राहुग्रह मूल मन्त्र:
ௐ ஸாம் ஸீம் ஸௌம் ஸ: ராஹவே நம:
ॐ सां सीं सौं स: राहवे नम:

16. ஸ்ரீ ராஹு க்ரஹ காயத்ரீ - श्री राहुग्रह गायत्री
ௐ நகத்வஜாய வித்மஹே பத்மஹஸ்தாய தீமஹி

தன்னோ ராஹூ: ப்ரசோதயாத் ॥

ॐ नखध्वजाय विद्महे पद्महस्ताय धीमहि । तन्त्रो राहु: प्रचोदयात् ॥

ஓம் ஸைம்ஹிகேயாய வித்மஹே தூம்ரவர்ணாய தீமஹி । தன்னோ ராஹூ: ப்ரசோதயாத் ॥

ॐ सैंहिकेयाय विद्महे धूम्रवर्णाय धीमहि । तन्त्रो राहु: प्रचोदयात् ॥

17. **ஸ்ரீ கேது க்ரஹ மூல மந்த்ரா:** - श्री केतुग्रह मूल मन्त्र:

ஓம் ப்லாம் ப்லீம் ப்லௌம் ஸ: கேதவே நம:

ॐ प्लां प्लीं प्लौं स: केतवे नम:

18. **ஸ்ரீ கேது க்ரஹ காயத்ரீ** - श्री केतुग्रह गायत्री

ஓம் அஸ்வத்வஜாய வித்மஹே ஸூலஹஸ்தாய தீமஹி । தன்ன: கேது: ப்ரசோதயாத் ॥

ॐ अश्वध्वजाय विद्महे शूलहस्ताय धीमहि । तन्न: केतु: प्रचोदयात् ॥

ஓம் ப்ரஹ்மபுத்ராய வித்மஹே சித்ரவர்ணாய தீமஹி । தன்ன: கேது ப்ரசோதயாத் ॥

ॐ ब्रह्मपुत्राय विद्महे चित्रवर्णाय धीमहि । तन्त्र: केतु: प्रचोदयात् ॥

*****

ஶாக்தம் -
शाक्तम्

ஷண்மதங்களுள், ஸைவ மற்றும் வைஷ்ணவத்திற்கு அடுத்து பெரும்பான்மையானவர்களால் வழிபடும் தெய்வம் ஶக்தியே யாகும். ஸைவ மதத்தவர்களுள்ளும் ஶக்தியையும் சேர்த்து வழிபடுவது வழக்கமே. நவராத்திரி பண்டிகை ஶக்தியை ப்ரதானமாக உபாஸிக்கவே ஏற்படுத்தப் பட்டதாகும். எந்தவிதமான மத/ ப்ராந்திய பேதமின்றி ஶக்தி வழிபாடு நடத்தப் படுகின்றது. பெண்களாலும் உபாஸிக்கப் படும் ஒரு முக்கிய தெய்வம் ஶக்தியாகும்.

ஸ்ரீ**தேவீ**, நாயகன் ஶிவபெருமானின் பத்தினியாவதால் நாயகி. நான்முகனாகிய பிரம்மனின் பத்தினியாவதால் நான்முகீ, நாராயணனின் துணையாவதால் நாராயணீ. ஐந்து மலர்க்கணைகளைக் கையில் தரித்து, உலகின் பசுமைக்கெல்லாம் காரணமான ஶாம்பவீ, கெட்ட ஶக்திகளை அழிக்கும் வாராஹி, சூலம் தரித்த சூலினீ, மதங்கமா முனிவரின் மகள் மாதங்கீ........ இவ்வாறு பலப்பல நாமங்களாலும், திருவுருவங்களாலும், செயல்களாலும் வேறுபட்டாலும் அனைத்தும் ஒரே ஶக்தியே! ஶாக்தநெறி உலகைப் படைத்து, காத்து, அழித்து, மறைத்து, அருளி விளையாடும் மகாஶக்தி ஒருவளே. பிரபஞ்சங்கள் யாவும் அவளிடமிருந்தே தோன்றி அவளிடத்திலேயே ஒடுங்கியும் விடுகின்றன. 'உமா' என்ற பெயர் 'ஓம்' எனும் பிரணவமேயாகும். 'ஹ்ரீம்' என்ற பீஜாக்ஷரம் ஶக்தி பிரணவம் என்றே அழைக்கப்படும்.

இவ்வாறான அம்பிகையை துதிக்கும் வழிக்கு 'ஸ்ரீவித்யா' என்று பெயர். அந்த ஸ்ரீவித்யா வழிப்படி, மஹாமேரு அல்லது ஸ்ரீசக்ர பூஜை செய்தால் அது ஸ்ரீ**தேவிக்கு** மிகவும் ப்ரீதியாகும்.

யந்திரம் என்பது மந்திர ஒலிகளின் ஒளிவடிவமாகும். அவையே கோடுகளாக உருப்பெற்று, கோணங்களாக மாறி யந்திர வடிவங்களாகின்றன. ஆதியும் அந்தமும் இல்லாத தத்துவத்தை உணர்த்தும் குறியீடே

இட்டங்களாகும் இவ்வாறான கோடுகளையும், கோணங்களையும், வட்டங்களையும் ஒரு குறிப்பிட்ட முறையில் வரைந்தால் அது யந்திரமாகும். யந்திரங்களே சக்ரம் என்று குறிப்பிடப் படுகின்றன.

யந்திரம் அல்லது சக்ரங்களுக்கெல்லாம் தாய் ஸ்ரீசக்ரமாகும் [1]. 'ஸ்ரீ' என்ற சொல் பேரன்பு, பேரறிவு, பேராற்றல் கொண்ட பெருஞ் செல்வச் செழிப்பை உணர்த்தும் திருமகளின் அடையாளமாகும். ஆதி ஶங்கரர், தான் விஜயம் செய்த பாரத தேசம் முழுவதும் ஸ்ரீசக்ரத்தின் பெருமையையும் ஸ்ரீவித்யா வழிபாட்டு முறைகளையும் எல்லோரும் உணரச் செய்தார்.

அனைத்து தேவதைகளும் ஸ்ரீசக்ரத்தில் உள்ளடங்கி இருக்கும் காரணத்தினால், ஸ்ரீசக்ரத்தை, ஸ்ரீவித்யா முறைப்படி பூஜை செய்தால், அனைத்து தேவதைகளையும் பூஜை செய்த பலன் சித்திக்கும் என்று ரிஷிகள் அறுதியிட்டுக் கூறி உள்ளார்கள்.

மேலும் மகரிஷிகள் நான்கு வேதங்களுக்கு இணையான ஸ்ரீவித்யா ஶாக்த மந்திரங்களை வகுத்துக் கொடுத்துள்ளார்கள். இதை தகுந்த குருவின் மூலம் உபதேசம் பெற்று, தொடர்ந்து ஏகாக்ர சித்தத்துடன் பாராயணம் அல்லது பூஜை அல்லது ஹோமம் செய்தால் **சித்த சுத்தி** ஏற்பட்டு மோக்ஷத்திற்கு வழி கிடைக்கும்.

துர்கா மந்திரங்கள் – दुर्गा मन्त्रा:

1. **ஸ்ரீ நவாக்ஷரீ மந்த்ர: -** श्री नवाक्षरी मन्त्र:
ஓம் ஐம் ஹ்ரீம் க்லீம் சாமுண்டாயை விச்சே
ओं ऐं ह्रीं क्लीं चामुण्डायै विच्चे

2. **ஸ்ரீ மூலதுர்கா மந்த்ர:** श्री मूलदुर्गा मन्त्र:
ஓம் ஹ்ரீம் தும் துர்காயை நம:
ओं ह्रीं दुं दुर्गायै नम:

3. **ஸ்ரீ துர்கா த்வாதஸாக்ஷரீ மந்த்ர: -**
श्री दुर्गा द्वादशाक्षरी मन्त्र:
ஓம் துர்காம் தேவீம் ஶரணமஹம் ப்ரபத்யே
ओं दुर्गां देवीं शरणमहं प्रपद्ये

4. **ஸ்ரீ மஹிஷமர்தினீ மந்த்ர: -** श्री महिषमर्दिनी मन्त्र:
ஓம் மஹிஷமர்தினீ ஸ்வாஹா - ओं महिषमर्दिनी स्वाहा

5. **ஸ்ரீ ஶூலினீ துர்கா மந்த்ர: -** श्री शूलिनी दुर्गा मन्त्र:
ஓம் ஜ்வல ஜ்வல ஶூலினீ துஷ்டக்ரஹ ஹூம் பட்
ஸ்வாஹா
ओं ज्वल शूलिनी दुष्टग्रहा हुं फट् स्वाहा

6. **ஸ்ரீ தீப துர்கா மந்த்ர: -** श्री दीप दुर्गा मन्त्र:
ஓம் க்ரோம் ஹ்ரீம் ஆம் துர்கே ஹ்ரீம் ஏஹ்யேஹி
ஆவேஶய ஆவேஶய ஹ்ரீம் தும் துர்கே ஆம் ஹ்ரீம்
க்ரோம் ஓம் ஹூம் பட் ஸ்வாஹா
ओं क्रों हीं आं दुर्गे हीं ऐह्येहि आवेशय आवेशय हीं दुं दुर्गे आं हीं क्रों
ओं हुं फट् स्वाहा

7. **ஸ்ரீ வன துர்கா மந்த்ர: -** श्री वन दुर्गा मन्त्र:
ஓம் உத்திஷ்ட புருஷி கிம் ஸ்வபிஷி பயம் மே
ஸமுபஸ்திதம் | யதி ஶக்யமஶக்யம் வா தன்மே
பகவதி ஶமய ஸ்வாஹா
ओं उत्तिष्ठ पुरुषि किं स्वपिषि भयं मे समुपस्थितम् ।
यदि शक्यमशक्यं वा तन्मे भगवति शमय स्वाहा ॥

53 ஸ்ரீ த்ருஷ்டி துர்கா மந்த்ர: - श्री दृष्टि दुर्गा मन्त्र:

ஓம் ஹ்ரீம் தும் துர்கே ஹூம் பகவதி
மனோக்ருஹமன்மத மத ஜிஹ்வா பிஸாசீ
ருத்ஸாதய ஸாதய ஹிதத்ருஷ்டி அஹிதத்ருஷ்டி
பரத்ருஷ்டி ஸர்பத்ருஷ்டி ஸர்வத்ருஷ்டி விஷம்
நாஸய நாஸய ஹூம் பட் ஸ்வாஹா

ॐ ह्रीं दुं दुर्गे हुं भगवति मनोगृगमन्मथ मथ जिह्वा पिशाची रुत्सादय
सादय हितदृष्टि अहितदृष्टि परदृष्टि सर्पदृष्टि सर्वदृष्टि विषं नाशय नाशय
हुं फट् स्वाहा

9. ஸ்ரீ ஸ்வயம்வர துர்கா மந்த்ர: - श्री स्वयम्वर दुर्गा मन्त्र:

நமோ ஹ்ரீம் யோகினி யோகினி யோகேஶ்வரி
யோகேஶ்வரி யோகபயங்கரி அகில ஸ்தாவர
ஐங்கமஸ்ய முகம் ஹ்ருதயம் மம வஶம் ஆகர்ஷய
ஆகர்ஷய ஸ்வாஹா

नमो हीं योगिनि योगिनि योगेश्वरि योगभयङ्करि अखिल स्थावर जङ्गमस्य
मुखं हृदयं मम वशं आकर्षय आकर्षय स्वाहा

10. ஸ்ரீ ஜய துர்கா மந்த்ர: - श्री जय दुर्गा मन्त्र:

ஓம் துர்கே துர்கே ரக்ஷிணி ஸ்வாஹா
ॐ दुर्गे दुर्गे रक्षिणि स्वाहा

லக்ஷ்மீ மந்திரங்கள் – लक्ष्मी मन्त्रा:

11. ஸ்ரீ லக்ஷ்மீ த்வாதஶாக்ஷர மந்த்ர: -
      श्री लक्ष्मी द्वादशाक्षर मन्त्र:

ஓம் ஹ்ரீம் ஸ்ரீம் க்லீம் ஜகத்ப்ரஸூத்யை நம:
ॐ ह्रीं श्रीं क्लीं जगत्प्रसूत्यै नम:

12. ஸ்ரீ லக்ஷ்மீ த்ரயோவிம்ஶத்யக்ஷர மந்த்ர: -
      श्री लक्ष्मी त्रयोविंशत्यक्षर मन्त्र:

ஓம் ஸ்ரீம் ஹ்ரீம் க்லீம் ஸ்ரீம் லக்ஷ்மீராகச்சாகச்ச மம
மந்திரே திஷ்ட திஷ்ட ஸ்வாஹா

ॐ श्रीं ह्रीं क्लीं श्रीं लक्ष्मीरागच्छागच्छ मम मन्दिरे तिष्ट तिष्ट स्वाहा

13. ஸ்ரீ மஹாலக்ஷ்மீ ரத்னகோஶோக்த ஸ்ரீ லக்ஷ்மீ
    மந்த்ர: - श्री महालक्ष्मी रत्नकोशोक्त श्री लक्ष्मी मन्त्र:

ஓம் ஐம் ஹ்ரீம் ஸ்ரீம் க்லீம் ஸௌ: பங்கஜஹஸ்தே
நம:

ஒம் ஐம் ஹ்ரீம் ஶ்ரீம் க்லீம் ஸௌ: பங்கஜஹஸ்தே நம:

14. **ஶ்ரீ ரமா மந்த்ர: - श्री रमा मन्त्र:**
ஶ்ரீம் ஓம் பகவதி ஸர்வஸௌபாக்யதாயினி ஶ்ரீம்
வித்யே மஹாவிபூதயே ஸ்வாஹா
श्रीं ओं भगवति सर्वसौभाग्यदायिनि श्रीं विद्ये महाविभूतये स्वाहा

15. **ஶ்ரீ கமலவாஸினீ மந்த்ர: - श्री कमलवासिनी मन्त्र:**
நம: கமலவாஸின்யை ஸ்வாஹா
नम: कमलवासिन्यै स्वाहा

16. **ஶ்ரீ கமலாலக்ஷ்மீ மந்த்ர: - श्री कमलालक्ष्मी मन्त्र:**
ஓம் ஶ்ரீம் ஹ்ரீம் ஶ்ரீம் கமலே கமலாலயே ப்ரஸீத
ப்ரஸீத ஶ்ரீம் ஹ்ரீம் ஶ்ரீம் மஹாலக்ஷ்ம்யை நம:
ओं श्रीं ह्रीं श्रीं कमले कमलालये प्रसीद प्रसीद श्रीं ह्रीं श्रीं महालक्ष्यै
नम:

17. **ஶ்ரீ ஸித்தலக்ஷ்மீ ஏகாதஶாக்ஷர மந்த்ர: -**
    श्री सिद्धलक्ष्मी एकादशाक्षर मन्त्र:
ஓம் ஶ்ரீம் ஹ்ரீம் க்லீம் ஶ்ரீம் ஸித்தலக்ஷ்ம்யை நம:
ओं श्री ह्रीं क्लीं श्री सिद्धलक्ष्यै नम:

18. **ஶ்ரீ தனலக்ஷ்மீ மந்த்ர: - श्री धनलक्ष्मी मन्त्र:**
ஓம் ஶ்ரீம் ஶ்ரீம் ஶ்ரீகரீம் தனகரீம் தான்யகரீம்
தான்யைகவ்ருத்திகரீம் ஸம்ருத்திகரீம்
ஸர்வஸம்பத்கரீம் ஶ்ரீம் ஶ்ரீம் மஹாலக்ஷ்மீ
ஸர்வைஶ்வர்யம் குரு குரு ஸ்வாஹா
ओं श्री श्री श्रीकरीं धनकरीं धान्यकरीं धान्यैकवृद्धिकरीं समृद्धिकरीं
सर्वसंपतिकरीं श्री श्री महालक्ष्मी सर्वैश्वर्य कुरु कुरु स्वाहा

19. **ஶ்ரீ ஸௌபாக்ய லக்ஷ்மீ மந்த்ர: - श्री सौभाग्यलक्ष्मी**
    मन्त्र:
ஓம் ஶ்ரீம் ஹ்ரீம் க்லீம் மஹாலக்ஷ்மி மஹாலக்ஷ்மி
ஏஹ்யேஹி ஸர்வஸௌபாக்யம் மே தேஹி
ஸ்வாஹா
ओं श्री ह्रीं क्लीं महालक्ष्मि महालक्ष्मि एह्योहि सर्वसौभाग्यं मे देहि स्वाहा

20. **ஶ்ரீ வஸூதா மஹாலக்ஷ்மீ மந்த்ர: -**
    श्री वसुदा महालक्ष्मी मन्त्र:

ॐம் ஸ்ரீம் வஸுதே வஸுதாரே தனகரீ தான்யகரீ
ரத்னகரீ ஸ்வாஹா
ओं श्रीं वसुदे वसुधारे धनकरी धान्यकरी रत्नकरी स्वाहा

ஸரஸ்வதீ மந்திரங்கள் – सरस्वती मन्त्रा:

21. **ஸ்ரீ ஸரஸ்வதீ தஶாக்ஷர மந்த்ர:** -
    श्री सरस्वती दशाक्षर मन्त्र:

ஓம் வதவத வாக்வாதினி ஸ்வாஹா
ओं वदवद वाग्वादिनि स्वाहा

22. **ஸ்ரீ ஸரஸ்வதீ ஏகாதஶாக்ஷர மந்த்ர:** -
    श्री सरस्वती एकादशाक्षर मन्त्र:

ஐம் வாசஸ்பதேऽம்ருதே ப்லவ: ப்லவ:
ऐं वाचस्पतेऽमृते प्लव: प्लव:

23. **ஸ்ரீ தாரணா ஸரஸ்வதீ மந்த்ர:** - श्री धारणा सरस्वती
    मन्त्र:

ஓம் நமோ ப்ரஹ்மணே தாரணம் மே அஸ்த்வ
நிராகரணம் மே அஸ்த்வ நிராகரணம் தாரயிதா
பூயாஸம் கர்ணயோ: ஶ்ருதம் மாச்யோட்வம்
மமாமுஷ்ய ஓம்
ओं नमो ब्रह्मणे धारणं मे अस्त्वनिराकरणं मे अस्त्वनिराकरणं धारयिता
भूयाशं कर्णयो: श्रृतं माच्योद्वं ममामुष्य ओं

24. **ஸ்ரீ சிந்தாமணி ஸரஸ்வதீ மந்த்ர:** -
    श्री चिन्तामणि सरस्वती मन्त्र:

ஓம் ஹ்ரீம் ஹ்ஸௌம் ஹ்ரீம் ஓம் ஸரஸ்வத்யை நம:
ओं ह्रीं ह्सौं ह्रीं ओं सरस्वत्यै नम:

25. **ஸ்ரீ நகுலீ ஸரஸ்வதீ மந்த்ர:** - श्री नकुली सरस्वती मन्त्र:
ஓம் ஐம் ஓஷ்டாபிதானா நகுலீ தந்தை: பரிவ்ருதா பவி: ।
ஸௌ: ஸர்வஸ்யை வாச ஈஶானா சாரு மாமிஹ
வாதயேத் ॥ வத வத வாக்வாதினீ ஸ்வாஹா ॥
ओं ऐं ओष्ठाभिधाना नकुली क्लीं दन्तै: परिवृता पवि: । सौ: सर्वस्यै
वाच ईशाना चारु मामिह वदयेत् ॥ वद वद वाग्वादिनी स्वाहा ॥

26. ஸ்ரீ நீல ஸரஸ்வதீ மந்த்ர: - श्री नील सरस्वती मन्त्र:
ஓம் ஸ்ரீம் ஹ்ரீம் ஹ்ஸௌ ஹூம் பட் நீல
ஸரஸ்வத்யை ஸ்வாஹா
ओं श्रीं ह्रीं ह्सौ हुं फट् नील सरस्वत्यै स्वाहा

27. ஸ்ரீ ஸரஸ்வதீ நவாக்ஷரீ மந்த்ர: -
    श्री सरस्वती नवाक्षरी मन्त्र:
ஓம் க்ரீம் க்லீம் க்ருஷ்ணாதேவி ஹ்ரீம் க்ரீம் ஐம் ॥
ओं क्रीं क्लें कृष्णादेवि ह्रीं क्रीं ऐं ॥

28. ஸ்ரீ மூகாம்பிகா மந்த்ர: - श्री मूकाम्बिका मन्त्र:
ஓம் ஐம் கௌரி ஐம் கௌரி ஐம் பரமேஶ்வரி ஐம்
ஸ்வாஹா
ओं ऐं गौरि ऐं गौरि ऐं परमेश्वरि ऐं स्वाहा

29. ஸ்ரீ ஹம்ஸ வாகீஶ்வரீ மந்த்ர: - श्री हंस वागीश्वरी मन्त्र:
ஓம் ஹ்ரீம் ஐம் க்லீம் ஓம் ஸரஸ்வத்யை நம:
ओं हीं ऐं क्लीं ओं सरस्वत्यै नम:

30. ஸ்ரீ வாணீ ஸரஸ்வதீ மந்த்ர: - श्री वाणी सरस्वती
    मन्त्र:
ஓம் ஹ்ரீம் க்லௌம் ஸரஸ்வத்யை நம: ஹ்ரீம்
ஓம்
ओं हीं क्लौं सरस्वत्यै नम: हीं ओं

தேவீ மந்திரங்கள் – देवी मन्त्रा:

31. ஸ்ரீ கௌரீ பஞ்சாக்ஷரீ மந்த்ர: - श्री गौरी पञ्चाक्षरी मन्त्र:
ஐம் ஹ்ரீம் ஸ்ரீம் க்லீம் கௌர்யை நம:
ऐं हीं श्रीं क्लीं गौर्यै नम:

32. ஸ்ரீ தரணீ மந்த்ர: - श्री धरणी मन्त्र:
ஓம் நமோ பகவத்யை தரண்யை தரணிதரே தரே
ஸ்வாஹா
ओं नमो भगवत्यै धरण्यै धरणिधरे धरे स्वाहा

33. ஸ்ரீ ஹிரண்யேஶ்வரீ மந்த்ர: - श्री हिरण्येश्वरी मन्त्र:
ஓம் ஸ்ரீம் ஹ்ரீம் க்லீம் ஓம் நமோ பகவதி
ஹிரண்யோத்பவே ஹிரண்யேஶ்வரி

ஹிரண்யவர்ஷிணி மஹ்யம் ஹிரண்யம் வர்ஷய
வர்ஷய ஸம்ருத்திம் மே தேஹி தேஹி மே
ஸ்வாஹா

ॐ श्रीं ह्रीं क्लीं ॐ नमो भगवति हिरण्योद्भवे हिरण्येश्वरि हिरण्यवर्षिणि
मह्यम् हिरण्यं वर्षय वर्षय समृद्धिं मे देहि देहि मे स्वाहा

34. ஸ்ரீ இந்த்ராணி மந்த்ர: - श्री इन्द्राणि मन्त्र:

ஓம் ஹ்ரீம் க்லீம் இந்த்ராணி ஸௌபாக்ய தேவதே
மகவத்ப்ரியே ஸௌபாக்யம் தேஹி மே ஸ்வாஹா

ॐ ह्रीं क्लीं इन्द्राणि सौभाग्य देवते मघवत्प्रिये सौभाग्यं देहि मे स्वाहा

35. ஸ்ரீ மாயா மந்த்ர: - श्री माया मन्त्र:

ஓம் ஹ்ரீம் மஹாமாயே ஜகன்மோஹிணி ஸர்வஜன
வாங்மன: காயசக்ஷூஸ் ஸ்ரோத்ர க்ராண ப்ராணான்
மோஹய மோஹய ஸ்வேச்சா குதூஹலம் ஸீக்ரம்
தர்ஸய தர்ஸய ஹ்ரீம் ஸ்வாஹா

ॐ ह्रीं महामाये जगन्मोहिनी सर्वजन वाङ्मन: कायचक्षुस्स्रोत्रघ्राणप्राणान्
मोहय मोहय स्वेच्छाकुतूहलं शीघ्रं दर्शय दर्शय ह्रीं स्वाहा

36. ஸ்ரீ புலிந்தினீ மந்த்ர: - श्री पुलिन्दिनी मन्त्र:

ஈம் ஓம் நமோ பகவதி ஸ்ரீம் ஸாரதா தேவி
அத்யந்தாதுல போஜ்யம் தேஹி தேஹி
ஏஹ்யாகச்சாகச்சா கந்துகம் ஹ்ருதிஸ்தம் கார்யம்
ஸத்யம் ப்ரூஹி ஸத்யம் ப்ரூஹி
புலிந்தினீ ஈம் ஸ்வாஹா

ई ॐ नमो भगवति श्री शारदा देवि अत्यन्तातुल भोज्यं देहि देहि
एह्यागच्छागच्छागन्तुकं हृदिस्थं कार्य सत्यं ब्रूहि पुलिन्दिनि ई स्वाहा

37. ஸ்ரீ ரேணுகா மந்த்ர: - श्री रेणुका मन्त्र:

ஓம் க்லீம் நமோ பகவதி ரக்தபஞ்சமி ரேணுகாதேவி
தஹ தஹ பச பச அகிலஜனம் மே வஸம் குரு
ஸ்வாஹ க்லீம்

ॐ ई क्लीं नमो भगवति रक्तपञ्चमि रेणुकादेवि दह दह पच पच
अखिलजनं मे वशं कुरु स्वाहा क्लीं

38. ஸ்ரீ ஸீதளா மந்த்ர: - श्री शीतला मन्त्र:

   i. ஓம் ஹ்ரீம் ஸ்ரீம் ஸீதளாயை நம:

ॐ ह्रीं श्री शीतलायै नम:

ii. ஓம் ஹ்ரீம் ஸீதளே ஸ்போடகாதீன் வினாஸய
வினாஸய விதாஹம் ஶமய ஶமய தந்தூன்
பேதய பேதய ஜ்வரம் ஹர ஹர ஸ்வாஸ்த்யம்
குரு குரு ஹூம் பட் ஸ்வாஹா

ॐ ह्रीं शीतले स्पोटकादिन्विनाशय विनाशय विदाहं शमय शमय तन्तून्
भेदय भेदय ज्वरं हर हर स्वारथ्यं कुरु कुरु हूं फट् स्वाहा

39. **ஸ்ரீ வஜ்ரப்ரஸ்தாரிணீ மந்த்ர:** - श्री वज्रप्रस्तारिणी मन्त्र:
ஓம் ஹ்ரீம் க்லின்னே ஐம் க்ரோம் நித்ய மதத்ரவே
ஹ்ரீம்

ॐ ह्रीं क्लिन्ने ऐं क्रों नित्य मदद्रवे हीं

     தஶ மஹா வித்யா மந்திரங்கள் – दश महा वदिया मन्त्रा:

40. **ஸ்ரீ தக்ஷிணகாளீ மஹா மந்த்ர:** - श्री दक्षिणकाली
    मन्त्र:

ஓம் க்ரீம் க்ரீம் க்ரீம் ஹ்ரீம் ஹ்ரீம் ஹ்ரூம் ஹ்ரூம்
தக்ஷிண காளிகே க்ரீம் க்ரீம் க்ரீம் ஹ்ரீம் ஹ்ரீம்
ஹ்ரூம் ஹ்ரூம் ஸ்வாஹா

ॐ क्रीं क्रीं क्रीं हीं हीं हूं हूं दक्षिण कालिके क्रीं क्रीं क्रीं हीं हीं हूं हूं
स्वाहा

41. **ஸ்ரீ தாரா மஹா மந்த்ர:** - श्री तारा महा मन्त्र:
ஓம் த்ரீம் ஹ்ரீம் ஹ்ராம் ஹூம் நமஸ்தாராயை
மஹாதாராயை ஸகல துஸ்தரான் தாரய தாரய தர
தர ஸ்வாஹா

ॐ त्रीं हीं हां हुं नमस्तारायै महातारायै सकल दुस्तरान् तारय तारय
ता तर स्वाहा

42. **ஸ்ரீ ஷோடஶீ மஹா மந்த்ர:** - श्री षोडशी महा मन्त्र:
ஓம் ஸ்ரீம் ஹ்ரீம் க்லீம் ஐம் ஸௌ: ஓம் ஹ்ரீம் ஸ்ரீம்
க ஏ ஈ ல ஹ்ரீம் ஹ ஸ க ஹ ல ஹ்ரீம் ஸ க ல
ஹ்ரீம் ஸௌ: ஐம் க்லீம் ஹ்ரீம் ஸ்ரீம்

ॐ श्रीं हीं क्लीं ऐं सौ: ॐ हीं श्री क ऐ ई ल हीं ह स क ह ल हीं
स क ल हीं सौ: ऐं क्लीं हीं श्री

43. **ஸ்ரீ புவனேஸ்வரீ மஹா மந்த்ர:** - श्री भुवनेश्वरी महा
    मन्त्र:

ஓம் ஸ்ரீம் ஹ்ரீம் ஸ்ரீம் - ॐ श्रीं हीं श्री

44. ஸ்ரீ த்ரிபுர பைரவீ மஹா மந்த்ர: -
श्री त्रिपुरभैरवी महा मन्त्र:

ஓம் ஹ்ஸ்ரைம் ஹ்ஸ்க்ல்ரீம் ஹ்ஸ்ரௌ:
ॐ ह्स्रैं ह्स्क्लीं ह्स्रौः

45. ஸ்ரீ சின்னமஸ்தா மஹா மந்த்ர: - श्री छिन्नमस्ता महा
मन्त्र:

ஓம் ஸ்ரீம் ஹ்ரீம் ஸ்ரீம் க்லீம் ஐம்
வஜ்ரவைரோசனீயே ஹ்ரீம் ஹ்ரீம் பட் ஸ்வாஹா
ॐ श्रीं ह्रीं श्रीं क्लीं ऐं वज्रवरोचनीये ह्रीं ह्रीं फट् स्वाहा

46. ஸ்ரீ தூமாவதீ மஹா மந்த்ர: - श्री धूमावती महा मन्त्र:
ஓம் தூம் தூம் தூமாவதீ ஸ்வாஹா
ॐ धूं धूं धूमावती स्वाहा

47. ஸ்ரீ பகளாமுகீ மஹா மந்த்ர: - श्री बगलामुखी महा
मन्त्र:

ஓம் ஹ்ரீம் பகளாமுகீ ஸர்வதுஷ்டானாம் வாசம்
முகம் பதம் ஸ்தம்பய ஜிஹ்வாம் கீலய புத்திம்
வினாஶய ஹ்ரீம் ஓம் ஸ்வாஹா
ॐ ह्रीं बगलामुखी सर्वदुष्टानां वाचं मुखं पदं स्तम्भय जिह्वां कीलय
बुद्धि विनाशय ह्रीं ॐ स्वाहा

48. ஸ்ரீ ராஜமாதங்கீ மஹா மந்த்ர: - श्री राजमातङ्गी महा
मन्त्र:

ஓம் ஐம் ஹ்ரீம் ஸ்ரீம் ஐம் க்லீம் ஸௌ: ஓம் நமோ
பகவதி, ஸ்ரீ மாதங்கேஶ்வரி, ஸர்வஜன மனோஹரி,
ஸர்வமுகரஞ்ஜனி, க்லீம் ஹ்ரீம் ஸ்ரீம் ஸர்வராஜ
வஶங்கரி, ஸர்வ ஸ்த்ரீ புருஷ வஶங்கரி,
ஸர்வ துஷ்டம்ருக வஶங்கரி, ஸர்வஸத்வவஶங்கரி,
ஸர்வலோகவஶங்கரி, மே வஶமானய ஸ்வாஹா
ஸௌ: க்லீம் ஐம் ஸ்ரீம் ஹ்ரீம் ஐம்
ॐ ऐं ह्रीं श्री ऐं क्लीं सौः ॐ नमो भगवति श्री मातङ्गेश्वरि सर्वजन
मनोहरि सर्वमुख रञ्जनि क्लीं ह्रीं श्री सर्वराज वशङ्करी सर्व स्त्री पुरुष
वशङ्करि सर्व दुष्ट मृग वशङ्करि सर्वलोक वशङ्करि मे वशमानय स्वाहा सौः
क्लीं ऐं श्री ह्रीं ऐं

49. ஸ்ரீ கமலாத்மிகா மஹா மந்த்ர: -
    श्री कमलात्मिका महा मन्त्र:

ஓம் ஸ்ரீம் ஹ்ரீம் ஸ்ரீம் கமலே கமலாலயே ப்ரஸீத
ப்ரஸீத ஸ்ரீம் ஹ்ரீம் ஸ்ரீம் ஓம் மஹாலக்ஷ்ம்யை நம:
ॐ श्रीं ह्रीं श्रीं कमले कमलालये प्रसीद प्रसीद श्रीं ह्रीं श्रीं ॐ
महालक्ष्यै नम:

புவனேஸ்வரீ மந்திரங்கள் – भुवनेश्वरी मन्त्रा:

50. ஸ்ரீ புவனேஸ்வரீ ஏகாக்ஷர மந்த்ர: -
    श्री भुवनेश्वरी एकाक्षर मन्त्र:

ஓம் ஹ்ரீம் புவனேஸ்வர்யை நம: - ॐ ह्रीं भुवनेश्वर्यै नम:

51. வாக் ஸ்ரீபுடித த்ர்யக்ஷர ஸ்ரீ புவனேஸ்வரீ மந்த்ர: -
    वाक् श्रीपुटित त्र्यक्षर भुवनेश्वरी मन्त्र:

ஓம் ஐம் ஹ்ரீம் ஸ்ரீம் புவனேஸ்வர்யை நம:
ॐ ऐं ह्रीं ह्रीं भुवनेश्वर्यै नम:

52. பாஶாங்குஶ புடித த்ர்யக்ஷர ஸ்ரீ புவனேஸ்வரீ
    மந்த்ர: - पाशाङ्कुश पुटित त्र्यक्षर श्री भुवनेश्वरी मन्त्र:

ஓம் ஆம் ஹ்ரீம் க்ரோம் புவனேஸ்வர்யை நம:
ॐ आं ह्रीं क्रों भुवनेश्वर्यै नम:

53. வாக்பவ பீஜபுடித த்ர்யக்ஷர ஸ்ரீ புவனேஸ்வரீ
    மந்த்ர: - वाग्भव बीज पुटित त्र्यक्षर श्री भुवनेश्वरी मन्त्र:

ஓம் ஐம் ஹ்ரீம் ஐம் புவனேஸ்வர்யை நம:
ॐ ऐं ह्रीं ऐं भुवनेश्वर्यै नम:

54. ஸ்ரீ புவனேஸ்வரீ சதுரக்ஷர மந்த்ர: -
    श्री भुवनेश्वरी चतुरक्षर मन्त्र:

ஓம் ஹ்ரீம் ஹம்ஸ: - ॐ ह्रीं हंस:

55. ஸ்ரீ புவனாம்பா மாலா மந்த்ர: - श्री भुवनाम्बा मालामन्त्र:
ஓம் ஸ்ரீம் ஹ்ரீம் ஸ்ரீம் ஐம் நம: த்ரிபுவனேஸ்வரீ,
ஸப்தகோடி மஹாமந்த்ர மூல ஸர்வஜ்ஞே,
ஏகாக்ஷரி, அக்ஷரலக்ஷ ஜபப்ரீதே, சதுர்வர்கப்ரதே,
ஸகலதுரித ப்ரக்ஷாலினி, காயத்ரி, ஹ்ருதய
ப்ராணேஸ்வரி, ஸாவித்ரி, ஸர்வமந்த்ர ப்ரதாயினி,
ஸரஸ்வதி, ஸந்த்யாகாலாகம ப்ரகாஸினி,

ஹ்ராகூலக்ஷ்மி, ஸித்திலக்ஷ்மி, சதுர்புஜே,
சந்த்ரகலாவதம்ஸே, ஸம்புஸீமந்தினி, சிதக்னிகுண்ட
ஸம்பூதே, தேவதானவஜனனி, தைத்யநிர்ணாஸினி,
தாரித்ர்யபேத காரிணி, ஸுர-ஸூல-சாப-கதா-ஸக்தி-
பிண்டிபால-தோமர-முஸல புஸுண்டி-பரிகாத்யாயுத-
மண்டித தோர்தண்ட ஸஹஸ்ரே,
சந்த்ரார்கவஹ்னிநயனே, காலசக்ர விதானஜ்ஞே,
மஹாஸ்மஸான பஸ்மதூளித வலிதகாத்ரே,
காமேஸ்வரி, வ்யாக்ரசர்மாம்பரே, மஹாஸர்ப
யஜ்ஞோபவீதினி, மஹாவீரபத்ராவதார பரமஸிவ
பரமானந்தினி, ஆனந்தவதி, ஆதிகூர்மேஸ்வரி,
அகிலாண்டகோடி ப்ரஹ்மாண்டநாயகி,
ஈஸானலலிதே, நித்யவைராக்யகன்யகே,
நீதிஸாஸ்த்ரப்ரவீணே, நிர்மலஸீல தாயினி,
இச்சாஜ்ஞானக்ரியா ரூபிணி, பரமானந்தலஹரி,
ப்ராஹ்மி, மாஹேஸ்வரி, கௌமாரி, வைஷ்ணவி,
வாராஹி, நாரஸிம்ஹி, இந்த்ராணி, சாமுண்டே,
மஹாலக்ஷ்மி, வரஸாரஸ்வதப்ரதே,
ஸகலஸுராஸுர கந்தர்வ ஸித்த வித்யாதர கின்னர
கிம்புருஷ ஸ்தூயமான ஸுபசரித்ரே அனங்கஸக்தே,
வஸிஷ்ட வாமதேவாதி ரிஷிகணவக்த்ர வந்தித
சரணாரவிந்தே, ஸத்யஜ்ஞானானந்த ஸ்வரூபிணி,
ஸர்வமந்த்ர ஸம்ஸ்தே, ஸர்வ வேதாந்த
தாத்பர்யபூதே, பூமண்டல ஸஞ்சாரிணி, நித்ய
நைமித்திக காம்ய கர்ம பந்தவிமோசனி, ஸர்வ
ரோகனிவாரிணி, ஸர்வ ஸம்ஹாரகாரிணி,
பூதேஸ்வரி, ஸர்வ ப்ராணேஸ்வரி, ஸர்வ
வித்யேஸ்வரி, ஸர்வ யஜ்ஞேஸ்வரி, ந்ருஸிம்ஹ
தர்பகாதினி, ஸுரபேஸ்வரி, ஸூலினி துர்காரூபே,
நவதுர்காரூபே, பஞ்சாஸத்பீட ஸக்திஸ்வரூபிணி,
த்ரிகுணாலயே, அஷ்டாத்ரிம்ஸத் கலாமண்டிதே,
மந்த்ரிணி, தண்டினி, ஸாரதே, ஆத்ம மந்த்ர யந்த்ர
தந்த்ர ரக்ஷிணி, பரமந்த்ர யந்த்ர தந்த்ர ப்ரயோக
விபேதினி, ரிக்வேதநாதப்ரியே, அதர்வண
பத்ரகாளிகே, காலராத்ரி, குமாரஜனனி,

ஸர்வமங்கலே, மம ஶத்ருநுச்சாடயோச்சாடய |
மாரய மாரய | பேதய பேதய | சிந்தி, சிந்தி | பிந்தி, பிந்தி | அம்ருதேஶ்வரீ, ஸர்வ ஜனானந்தினி, மம ஶ்ருதி ப்ரவேஶய ப்ரவேஶய| மம ஸர்வவித்யா ப்ரபோதய ப்ரபோதய மம துர்புத்திம் வினாஶய வினாஶய | தவாம்ருத கடாக்ஷ வீக்ஷணேன மம தேஹம் மாம் ச வீக்ஷய வீக்ஷய | ஶீக்ரம் பாலய பாலய | ஶ்ரீகுரு பக்திம் தேஹி மே ஸ்வாஹா ||

ॐ श्रीं ह्रीं श्रीं ऐं नम: त्रिभुवनेश्वरि सप्तकोटि महामन्त्र मूल सर्वज्ञे, एकाक्षरि, अक्षरलक्ष जपप्रीते, चतुर्वर्गप्रदे, सकलदुरित प्रक्षालिनि, गायत्री, हृदय प्राणेश्वरि, सावित्रि, सर्वमन्त्र प्रदायिनी, सरस्वति, सन्ध्याकालागम प्रकाशिनि, मोक्षलक्ष्मि, सिद्धिलक्ष्मि, चतुभुजे, चन्द्रकलावतंसे, शम्भुसीमन्तिनि, चिदग्रिकुण्डसंभूते, देवदानवजननि, दैत्यनिर्णाशिनि, दारिद्रयभेद कारिणि, शर शूल चाप गदा शक्ति भिण्डि पाल तोमर मुसल भुशुण्डि परिघाद्यायुध मण्डित दोर्दण्ड सहस्त्रे, चन्द्रार्कवह्नि नयने, कालचक्रविधानज्ञे, महाश्मशान भस्मधूलिध वलिदगात्रे कामेश्वरि व्याघ्रचर्माम्बरे, महासर्पयज्ञोपवीतिनि, महावीरभद्रावतार परमशिवपरमानन्दिनि, आनन्दवति, आदिकूर्मेश्वरि, अखिलाण्डकोटि ब्रह्माण्डनायकि, ईशानललिते, नित्यवैराग्य कन्यके, नीतिशास्त्रप्रवीणे, निर्मलशीलदायिनि, इच्छाज्ञानक्रिया रूपिणि, परमानन्दलहरि, ब्राह्मि, माहेश्वरि, कौमारि, वैष्णवि, वाराहि, नारसिंहि, इन्द्राणि, चामुण्डे, महालक्ष्मि, वरसारस्वतप्रदे, सकलसुरासुर गन्धर्व सिद्ध विद्यादर किन्नर किंपुरुष स्तूयमान शुभचरित्रे, अनङ्गशक्ते, वसिष्ठ वामदेवादि ऋषिगनवक्त्र वन्दित चरणारविन्दे, सत्य ज्ञानानन्द स्वरूपिणि, सर्वमन्त्र संस्ते, सर्व वेदान्त तात्पर्यभूते, भूमण्डल सञ्चारिणि, नित्य नैमित्तिक काम्य कर्म बन्धविमोचनि, सर्वरोग निवारिणि, सर्व संहारकारिणि,

भूतेश्वरि, सर्वप्राणेश्वरि, सर्वविद्येश्वरि, सर्वयज्ञेश्वरि, नृसिंह दर्पघातिनि,

शरभेश्वरि, शूलिनि दुर्गरूपे, नवदुर्गरूपे, पञ्चाशत्पीठ शक्तिस्वरूपिणि,

त्रिगुणालये, अष्टत्रिंशत्कलामण्डिते, मन्त्रिणि, दण्डिनि, शारदे, आत्म मन्त्र

यन्त्र तन्त्र रक्षिणि, परमन्त्र यन्त्र तन्त्र प्रयोग विभेदिनि, ऋग्वेद नादप्रिये,

अथर्वण भद्रकालिके, कालरात्रि, कुमारजननि, सर्वमङ्गले, मम

शत्रूनुच्चाटयोच्चाटय । मारय मारय । भेदय भेदय । छिन्धि छिन्धि ।

भिन्धि भिन्धि । अमृतेश्वरि सर्वजनानन्दिनि मम हृदि प्रवेशय प्रवेशय ।

मम सर्वविद्या प्रबोधय प्रबोधय मम दुर्बुद्धि विनाशय विनाशय ।

तवामृतकटाक्षवीक्षणेन मम देहं मां च वीक्षय वीक्षय । शीघ्रं पालय

पालय । श्रीगुरु भक्तिं देहि मे स्वाहा ॥

56. ஸ்ரீ புவனேஶ்வரீ ரஹஸ்ய தந்த்ரோக்த சதுர்தஶ
    மந்த்ர பேதங்கள் -
    श्री भुवनेश्वरी तहस्य तत्रोक्त चतुर्दश मन्त्र भेदा:

    i.   ஓம் ஸ்ரீம் ஹ்ரீம் க்லீம் புவனேஶ்வரீ
         ஸ்வாஹா

ओं श्रीं ह्रीं क्लीं भुवनेश्वरी स्वाहा

    ii. ஓம் ஹ்ரீம் ஐம் க்லீம் ஸௌம் புவனேஶ்வரீ
         ஸ்வாஹா

ओं ह्रीं ऐं क्लीं सौं भुवनेश्वरी स्वाहा

    iii. ஓம் ஐம் ஸ்ரீம் க்லீம் ஸௌம் ஹ்ரயௌம்
         புவனேஶ்வரீ ஸ்வாஹா

ओं ऐं श्रीं क्लीं सौं ह्रौं भुवनेश्वरी स्वाहा

    iv. ஓம் ஹ்ரீம் ஸ்ரீம் க்லீம் ஸௌம் ஐம் ஓம் ஓம்
         ஸ்ரீம் ஸ்ரீம் புவனேஶ்வரீ ஐம் க்லீம் ஸௌம்
         ஸ்வாஹா

ओं ह्रीं श्रीं क्लीं सौं ऐं ओं ओं श्रीं श्रीं भुवनेश्वरी ऐं क्लीं सौं स्वाहा

    v.   ஓம் ஸ்ரீம் க்லீம் ஸௌம் ஹ்ரீம் புவனேஶ்வரீ
         ஹ்ரூம் ட: ட: ட: ஸ்வாஹா

ओं श्रीं क्लीं सौं ह्रीं भुवनेश्वरी हुं ठः ठः ठः स्वाहा

    vi. ஓம் ஹ்ரீம் ஐம் ஸௌம் க்லீம் ஸ்ரீம்
         புவனேஶ்வரீ ட: ட: ஸ்வாஹா

ओं ह्रीं ऐं सौं क्लीं श्री भुवनेश्वरी ठः ठः स्वाहा

vii.   ஓம் ஸௌம் க்லீம் ஸ்ரீம் ஐம் ஹ்ரீம் ஹ்ரூம்
புவனேஸ்வரீ ட: ட: ஸ்வாஹா

ओं सौं क्लीं श्रीं ऐं ह्रीं हूं भुवनेश्वरी ठः ठः स्वाहा

viii.   ஓம் க்லீம் ஐம் ஸௌம் ஹ்ரீம் க்ரீம் க்ரீம்
க்ரீம் ஹ்ரூம் ஹ்ரூம் புவனேஸ்வரீ க்ரீம் ட: ட:
ட: பட் ஸ்வாஹா

ओं क्लीं ऐं सौं ह्रीं क्रीं क्रीं हुं हुं भुवनेश्वरी क्रीं ठः ठः ठः फट् स्वाहा

ix.   ஓம் ஹ்ரீம் க்லீம் ஹ்ரூம் க்லீம் க்ரீம் ஹ்ரீம்
ஸ்ரீம் ஐம் ஸௌம் க்லீம் புவனேஸ்வரீ ஹ்ரூம்
பட் ஸ்வாஹா

ओं ह्रीं क्लीं हुं क्लीं क्रीं ह्रीं श्री ऐं सौं क्लीं भुवनेश्वरी हुं फट् स्वाहा

x.   ஓம் க்லீம் ஸ்ரீம் ஹ்ரீம் ஹ்ரூம் ஹ்ரயௌம்
புவனேஸ்வரீ ஹ்ரூம் ஹ்ரூம் ஸ்வாஹா

ओं क्लीं श्री ह्रीं हुं हौं भुवनेश्वरी हुं हुं स्वाहा

xi.   ஓம் ஹ்ரீம் க்லீம் ஸ்ரீம் ஹ்ரூம் க்ரீம் க்ரீம் ஐம்
ஸௌ: புவனேஸ்வரீ க்ரீம் ஹ்ரூம் பட்
ஸ்வாஹா

ओं ह्रीं क्लीं श्री हुं क्रीं क्रीं ऐं सौः भुवनेश्वरी क्रीं हुं फट् स्वाहा

xii.   ஓம் ஐம் ஸௌம் ஸ்ரீம் க்லீம் புவனேஸ்வரீ
ஓம் ஹ்ரூம் ஸ்வாஹா

ओं ऐं सौं श्री क्लीं भुवनेश्वरी क्रीं ओं हुं स्वाहा

xiii.   ஓம் ஐம் ஸௌம் க்லீம் ஸ்ரீம் ஹ்ரயௌம்
ஹ்ரூம் ஹ்ரூம் புவனேஸ்வரீ ஓம் ஐம்
ஸ்வாஹா

ओं ऐं सौं क्लीं श्री हौं हुं हुं भुवनेश्वरी ओं ऐं स्वाहा

xiv.   ஓம் ஹ்ரயௌம் க்லீம் ஐம் க்லீம் ஸௌ:
ஸ்த்ரீம் ஹ்ரூம் ஸ்ரீம் ஹ்ரீம் க்ரீம்
புவனேஸ்வரீ ஓம் ஹ்ரூம் பட் ஸ்வாஹா

ओं हौं क्लीं ऐं क्लीं सौः स्त्रीं हुं श्री ह्रीं क्रीं भुवनेश्वरी ओं हुं फट्
स्वाहा

57. அக்ஷரக்ரம ஸ்ரீ புவனேஸ்வரீ ஷோடஸ மஹா
மந்த்ரங்கள் - अक्षरक्रम श्री भुवनेश्वरी षोडश महामन्त्रा:

i.   ஹ்ரீம் புவனேஸ்வர்யை நம:

ह्रीं भुवनेश्वर्यै नम:

65 ii. **ஸ்ரீம் ஹ்ரீம் புவனேஸ்வர்யை நம:**

श्रीं ह्रीं भुवनेश्वर्यै नम:

iii. ஓம் ஸ்ரீம் க்லீம் புவனேஸ்வர்யை நம:

ॐ श्रीं क्लीं भुवनेश्वर्यै नम:

iv. ஓம் ஹ்ரீம் ஸ்ரீம் க்லீம் புவனேஸ்வர்யை நம:

ॐ ह्रीं श्रीं क्लीं भुवनेश्वर्यै नम:

v. ஓம் ஸ்ரீம் ஐம் க்லீம் ஹ்ரீம் புவனேஸ்வர்யை நம:

ॐ श्रीं ऐं क्लीं ह्रीं भुवनेश्वर्यै नम:

vi. ஓம் ஸ்ரீம் ஹ்ரீம் க்லீம் ஐம் ஸௌ: புவனேஸ்வர்யை நம:

ॐ श्रीं ह्रीं क्लीं ऐं सौ: भुवनेश्वर्यै नम:

vii. ஓம் ஸ்ரீம் ஹ்ரீம் க்லீம் ஐம் ஸௌம் ஹ்ரீம் புவனேஸ்வர்யை நம:

ॐ श्रीं ह्रीं क्लीं ऐं सौ ह्रीं भुवनेश्वर्यै नम:

viii. ஓம் ஸ்ரீம் ஹ்ரீம் க்லீம் ஐம் ஸௌம் க்லீம் ஹ்ரீம் புவனேஸ்வர்யை நம:

ॐ श्रीं ह्रीं क्लीं ऐं सौ क्लीं ह्रीं भुवनेश्वर्यै नम:

ix. ஓம் ஸ்ரீம் ஹ்ரீம் க்லீம் ஐம் க்லீம் ஸௌம் ஐம் ஸௌம் புவனேஸ்வர்யை நம:

ॐ श्रीं ह्रीं क्लीं ऐं सौ ऐं सौ भुवनेश्वर्यै नम:

x. ஓம் ஹ்ரீம் ஸ்ரீம் க்லீம் ஐம் ஸௌ: க்ரீம் ஹூம் ஹ்ரீம் ஹ்ரீம் புவனேஸ்வர்யை நம:

ॐ ह्रीं श्रीं क्लीं ऐं सौ: क्रीं हुं हीं ह्रीं भुवनेश्वर्यै नम:

xi. ஓம் ஹ்ரீம் ஸ்ரீம் க்லீம் ஐம் ஸௌம் க்லீம் ஐம் ஸௌம் ஸ்ரீம் ஹ்ரீம் புவனேஸ்வர்யை நம:

ॐ ह्रीं श्रीं क्लीं ऐं सौ क्लीं ऐं सौ श्रीं ह्रीं भुवनेश्वर्यै नम:

xii. ஓம் ஓம் ஹ்ரீம் ஹ்ரீம் ஸ்ரீம் ஸ்ரீம் க்லீம் க்லீம் ஐம் ஐம் ஸௌம் ஸௌம் க்லீம் புவனேஸ்வர்யை நம:

ॐ ॐ ह्रीं ह्रीं श्रीं श्रीं क्लीं क्लीं ऐं ऐं सौ सौ क्लीं ऐं सौ श्रीं ह्रीं भुवनेश्वर्यै नम:

xiii. ஓம் ஹ்ராம் க்ரீம் ஹ்ரீம் ஸ்ரீம் ஐம் ஸௌம்
க்லீம் ஸ்ரீம் ஹ்ரீம் ஐம் ஸௌம் க்லீம்
புவனேஸ்வர்யை நம:

ॐ ह्रां क्रीं ह्रीं श्रीं ऐं सौं क्लीं श्रीं ह्रीं ऐं सौं क्लीं भुवनेश्वर्यै नम:

xiv. ஓம் ஓம் க்லீம் க்லீம் ஸௌ: ஸௌ: ஸ்ரீம்
ஸ்ரீம் ஐம் ஐம் ஸௌ: ஸௌ: ஹ்ரீம் ஹ்ரீம்
புவனேஸ்வர்யை நம:

ॐ ॐ क्लीं क्लीं सौ: सौ: श्रीं श्रीं ऐं ऐं सौ: सौ: ह्रीं ह्रीं भुवनेश्वर्यै नम:

xv. ஓம் ஸ்ரீம் ஓம் ஸ்ரீம் ஹ்ரீம் ஐம் ஹ்ரீம் ஐம்
க்லீம் ஸௌ: க்லீம் ஸௌ: க்ரீம் க்ரீம் ஹ்ரீம்
புவனேஸ்வர்யை நம:

ॐ श्रीं ॐ श्रीं ह्रीं ऐं ह्रीं ऐं क्लीं सौ: क्लीं सौ: क्रीं क्रीं ह्रीं भुवनेश्वर्यै
नम:

xvi. ஓம் ஹ்ரீம் ஸ்ரீம் க்லீம் ஐம் ஸௌம்
ஹ்யெளம் ஓம் ஹ்யெளம் ஸௌம் ஐம் க்லீம்
ஸ்ரீம் ஹ்ரீம் ஓம் ஹ்ரீம் புவனேஸ்வர்யை நம:

ॐ ह्रीं श्रीं क्लीं ऐं सौं ह्यौं ॐ ह्यौं सौं ऐं क्लीं श्रीं ह्रीं ॐ ह्रीं भुवनेश्वर्यै
नम:

*****

ஸ்ரீ வித்யா பரிவார வ்ருக்ஷ: - श्रीविद्या परिवार वृक्ष:

ஸ்ரீ வித்யா லலிதா மஹாத்ரிபுரஸுந்தரீ புவனேஸ்வரீ பராபட்டாரிகா -
श्रीविद्या ललिता महात्रिपुरसुन्दरी भुवनेश्वरी पराभट्टारिका

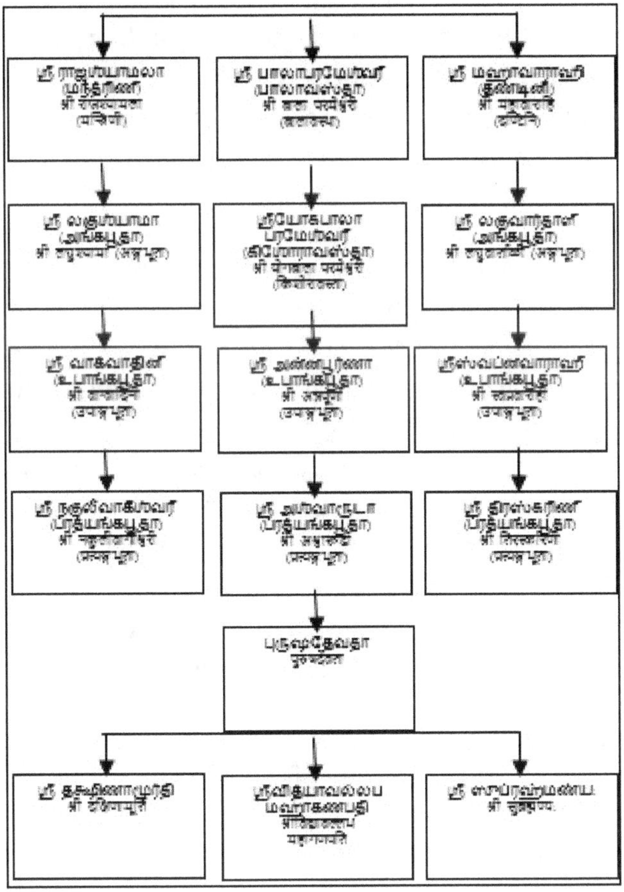

58. ஸ்ரீ மாதங்கீ அங்கபூதா ஸ்ரீ லகுஸ்யாமா மந்த்ர: -
श्री मातङ्गी अङ्गभूता श्री लघुश्यामा मन्त्र:

ஐம் நம: உச்சிஷ்ட சாண்டாளி மாதங்கீ ஸர்வ
வஶங்கரீ ஸ்வாஹா
ऐं नम: उच्छिष्ट चाण्डालि मातङ्गि सर्ववशङ्करि स्वाहा

59. ஸ்ரீ மாதங்கீ உபாங்கபூதா ஸ்ரீ வாக்வாதினீ மந்த்ர:
- श्री मातङ्गी उपाङ्गभूता श्री वाग्वादिनी मन्त्र:

ஐம் க்லீம் ஸௌ: வத வத வாக்வாதினி ஸ்வாஹா
ऐं क्लीं सौ: वद वद वाग्वादिनि स्वाहा

60. ஸ்ரீ மாதங்கீ ப்ரத்யங்கபூதா ஸ்ரீ நகுலீ வாகீஸ்வரீ
மந்த்ர: श्री मातङ्गी प्रत्यङ्गभूता श्री नकुली वाग्वादिनी मन्त्र:

ஐம் க்லீம் ஸௌ: ஓஷ்டாபிதானா நகுலீ தந்தை:
பரிவ்ருதா பவி: | ஸரஸ்வத்யேவாசேஶானா
சாருமாமிஹ வாதயேத் ஸௌ: க்லீம் ஐம் ||
ऐं क्लीं सौ: ओष्ठाभिधाना नकुली दन्तै: परिवृता पवि: ।
सरस्वत्येवाचेशाना चारुमामिह वादयेत् सौ: क्लीं ऐं ॥

61. ஸ்ரீவித்யா பரமேஸ்வரீ அங்கபூதா ஸ்ரீ
மஹாவாராஹீ மந்த்ர: -
श्रीविद्या परमेश्वरी अङ्गभूता श्री महावाराही मन्त्र:

ஓம் ஐம் க்லௌம் ஐம் நமோ பகவதி வார்தாளி
வாராஹி வாராஹி வராஹமுகி வராஹமுகி
அந்தே அந்தினி நம:, ருந்தே ருந்தினி நம:, ஐம்பே
ஜம்பினி நம:, மோஹே மோஹினி நம:, ஸ்தம்பே
ஸ்தம்பினி நம:, ஸர்வதுஷ்ட பரதுஷ்டானாம்
ஸர்வேஷாம் ஸர்வவாக்சித்த சக்ஷுர்முக கதி
ஜிஹ்வா ஸ்தம்பனம் குரு குரு ஸீக்ரம் வஶ்யம் குரு
குரு ஐம் க்லௌம் ட: ட: ட: ட: ஹூம் அஸ்த்ராய
பட் ||
ॐ ऐं ग्लौं ऐं नमो भगवति वार्तालि वाराहि वाराहि वराहमुखि
वरहमुखि अन्धे अन्धिनि नम: रुन्धे रुन्धिनि नम: जम्भे जम्भिनि नम:
मोहे मोहिनि नम: स्तम्भे स्तम्भिनि नम: सर्वदुष्ट परदुष्टानां सर्वेषां
सर्ववाक्चित्त चक्षुर्मुख गति जिह्वा स्तम्भनं कुरु कुरु शीघ्रं वश्यं कुरु कुरु
ऐं ग्लौं ठ: ठ: ठ: ठ: हुं अस्त्राय फट् ॥

62. ஸ்ரீ மஹாவாராஹீ அங்கபூதா ஸ்ரீ லகு

வார்த்தாளீ மந்த்ர: श्री महावाराही अङ्गभूता श्री लघु वार्ताली मन्त्र:

லூம் வாராஹி லூம் உந்மத்தபைரவி பாதுகாப்யாம் நம: - लूं वाराहि लूं उन्मत्त भैरवि पादुकाभ्यां नम:

63. ஸ்ரீ மஹாவாராஹீ உபாங்கபூதா ஸ்ரீ ஸ்வப்ன வாராஹீ மந்த்ர: -

श्री महावाराही उपाङ्गभूता श्री स्वप्नवाराही मन्त्र:

ஓம் ஹ்ரீம் நமோ வாராஹி கோரே ஸ்வப்னம் ட: ட: ஸ்வாஹா - ओं ह्रीं नमो वराहि घोरे स्वप्नं ठ: ठ: स्वाहा

64. ஸ்ரீ மஹாவாராஹீ ப்ரத்யங்கபூதா ஸ்ரீ திரஸ்கரிணீ மந்த்ர: - श्री महावाराही प्रत्यङ्गभूता श्री तिरस्करिणी मन्त्र:

ஓம் நமோ பகவதி திரஸ்கரிணி மஹாமாயே மஹாநித்ரே ஸகல பஸூஜனமனஸ்சக்ஷூ: ஸ்ரோத்ரம் திரஸ்கரணம் குரு குரு ஸ்வாஹா

ओं नमो भगवति तिरस्करिणि महामाये महानिद्रे सकल पशुजन मनश्चक्षु: श्रोत्रं त्रस्करणं कुरु कुरु स्वाहा

65. ஸ்ரீவித்யா பரமேஸ்வரீ அங்கபூதா ஸ்ரீ பாலா பரமேஸ்வரீ மஹாமந்த்ர: -

श्री विद्यापरमेश्वरी अङ्गभूता श्री बाला परमेश्वरी महामन्त्र:

ஓம் ஐம் ஹ்ரீம் ஸ்ரீம் ஐம் க்லீம் ஸௌ: ஸௌ: க்லீம் ஐம் - ओं ऐं ह्रीं श्रीं ऐं क्लीं सौ: सौ: क्लीं ऐं

66. ஸ்ரீ பாலா பரமேஸ்வரீ உபாங்கபூதா ஸ்ரீ அன்னபூர்ணா மந்த்ர:

श्री बाला परमेश्वरी उपाङ्गभूता श्री अन्नपूर्णा मन्त्र:

ஓம் ஹ்ரீம் ஸ்ரீம் க்லீம் ஓம் நமோ பகவத்யன்னபூர்ணே மமாபிலஷித மன்னம் தேஹி ஸ்வாஹா

ओं ह्रीं श्रीं क्लीं ओं नमो भगवत्यन्नपूर्णे ममाभिलषित मन्त्रं देहि स्वाहा

67. ஸ்ரீ பாலா பரமேஸ்வரீ ப்ரத்யங்கபூதா ஸ்ரீ அஸ்வாரூடா மந்த்ர: -

श्री बाला परमेश्वरी प्रत्यङ्गभूता श्री अश्वारूढा मन्त्र:

ஆம் ஹ்ரீம் க்ரோம் ஏஹ்யேஹி பரமேஸ்வரி
ஸ்வாஹா - आं ह्रीं क्रों ऐह्येहि परमेश्वरि स्वाहा

68. ஸ்ரீ ஸம்பத்கரீ மந்த்ர: - श्री सम्पत्करी मन्त्रः
க்லீம் ஹைம் ஹ்ஸௌ: ஸௌ: ஹைம் க்லீம்
क्लीं हैं ह्सौः सौः हैं क्लीं

69. ஸ்ரீ ஸௌபாக்ய பஞ்சதஸீ மஹாமந்த்ர: -
श्री सौभाग्य पञ्चदशी महामन्त्रः
ஓம் ஐம் ஹ்ரீம் ஸ்ரீம் ஐம் க ஏ ஈ ல ஹ்ரீம் க்லீம்
ஹ ஸ க ஹ ல ஹ்ரீம் ஸௌ: ஸ க ல ஹ்ரீம்
ओं ऐं ह्रीं श्रीं ऐं क ए ई ल ह्रीं क्लीं ह स क ह ल ह्रीं सौः स क ल
ह्रीं

ஸ்ரீ திதி நித்யா மஹா மந்திரங்கள் - श्री तथि नित्या महामन्त्राः

ஸ்ரீ திதி நித்யா மண்டலம் - श्री तिथि नित्या मण्डलम्

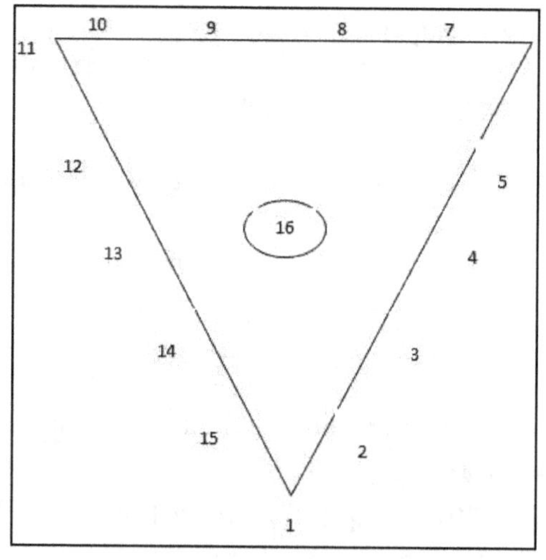

1. ஸ்ரீ காமேஸ்வரீ நித்யா - श्री कामेश्वरी नित्या
2. ஸ்ரீ பகமாலினீ நித்யா - श्री भगमालिनी नित्या
3. ஸ்ரீ நித்யக்லின்னா நித்யா - श्री नित्यक्लिन्ना नित्या
4. ஸ்ரீ பேருண்டா நித்யா - श्री भेरुण्डा नित्या
5. ஸ்ரீ வஹ்னிவாஸினீ நித்யா - श्री वह्निवासिनी नित्या
6. ஸ்ரீ மஹாவஜ்ரேஸ்வரீ நித்யா - श्री महावज्रेश्वरी नित्या
7. ஸ்ரீ ஸிவதூூதீ நித்யா - श्री शिवदूती नित्या

8. ஸ்ரீ த்வரிதா நித்யா - श्री त्वरिता नित्या
9. ஸ்ரீ குலஸுந்தரீ நித்யா - श्री कुलसुन्दरी नित्या
10. ஸ்ரீ நித்யா நித்யா - श्री नित्या नित्या
11. ஸ்ரீ நீலபதாகா நித்யா - श्री नीलपताका नित्या
12. ஸ்ரீ விஜயா நித்யா - श्री विजया नित्या
13. ஸ்ரீ ஸர்வமங்களா நித்யா - श्री सर्वमङ्गला नित्या
14. ஸ்ரீ ஜ்வாலாமாலினீ நித்யா - श्री ज्वालामालिनी नित्या
15. ஸ்ரீ சித்ரா நித்யா - श्री चित्रा नित्या
16. ஸ்ரீ லலிதா மஹா நித்யா - श्री ललिता महा नित्या

70. ஸ்ரீ காமேஸ்வரீ நித்யா மந்த்ர: - श्री कामेश्वरी नित्या मन्त्र:

ஓம் ஐம் ஹ்ரீம் ஸ்ரீம் ஐம் க்லீம் ஸௌ: ஓம் நம:
காமேஸ்வரி இச்சா காமபலப்ரதே ஸர்வஸத்வ
வஶங்கரி ஸர்வஜகத்க்ஷோபணகரி ஹூம் ஹூம்
த்ராம் த்ரீம் க்லீம் ப்லூம் ஸ: ஸௌ: க்லீம் ஐம்

ओं ऐं ह्रीं श्री ऐं क्लीं सौ: ओं नम: कामेश्वरि इच्छाकामफलप्रदे सर्वसत्व
वशङ्करि सर्वजगत्क्षोभणकरि हुं हुं द्रां द्रीं क्लीं ब्लूं स: सौ: क्लीं ऐं

71. ஸ்ரீ பகமாலினீ நித்யா மந்த்ர: - श्री भगमालिनी नित्या मन्त्र:

ஓம் ஐம் பகபுகே பகினி பகோதரி பகமாலே
பகாவஹே பககுஹ்யே பகயோனே பகனிபாதினி
ஸர்வ பக வஶங்கரி பகரூபே நித்யக்லின்னே
பகஸ்வரூபே ஸர்வபகானி மே ஹ்யானய வரதே
ரேதே ஸூரேதே பகக்லின்னே க்லின்னத்ரவே
க்லேதய த்ராவய அமோகே பகவிச்சே
க்ஷுபக்ஷோபய ஸர்வஸத்வான் பகேஸ்வரி ஐம்
ப்லூம், ஐம் ப்லூம் மேம் ப்லூம், மோம் ப்லூம்,
ஹேம் ப்லூம் ஹோம் க்லின்னே ஸர்வாணி பகானி
மே வஶ்மானய ஸ்த்ரீம் ஹர ப்லேம் ஹ்ரீம்

ओं ऐं भगभुगे भगिनि भगोदरि भगावहे भगगुहे भगयोने भगनिपातिनि
सर्वभगवशङ्करि भगरूपे नित्यक्लिन्ने भगस्वरूपे सर्वभगानि मे ह्यानय
वरदे रेते सुरेते भगक्लिन्ने क्लिन्नद्रवे क्लेदय द्रावय अमोघे भगविच्चे
क्षुभक्षोभय सर्वसत्वान् भगेश्वरि ऐं ब्लूं जं ब्लूं में ब्लूं मों ब्लूं हें ब्लूं हों
क्लिन्ने सर्वाणि भगानि मे वशमानय स्त्रीं हर ब्लें ह्रीं

72. ஸ்ரீ நித்யக்லின்னா நித்யா மந்த்ர: -
     श्री नित्यक्लिन्ना नित्या मन्त्र:

ஹ்ரீம் நித்யக்லின்னே மதத்ரவே ஸ்வாஹா
ह्रीं नित्यक्लिन्ने मदद्रवे स्वाहा

73. ஸ்ரீ பேருண்டா நித்யா மந்த்ர: - श्री भेरुण्डा नित्या मन्त्र:
ஓம் க்ரோம் ப்ரோம் க்ரோம் ச்ரௌம் ச்ரௌம்
ஜ்ரௌம் ஜ்ரௌம் ஸ்வாஹா
ओं क्रों भ्रों क्रों छ्रौं छ्रौं ज्रौं ज्रौं स्वाहा

74. ஸ்ரீ வஹ்னிவாஸினீ நித்யா மந்த்ர: -
     श्री वह्निवासिनी नित्या मन्त्र:

ஓம் ஹ்ரீம் வஹ்னிவாஸின்யை நம:
ओं ह्रीं वह्निवासिन्यै नम:

75. ஸ்ரீ மஹாவஜ்ரேஶ்வரீ நித்யா மந்த்ர: -
     श्री महावज्रेश्वरी नित्या मन्त्र:

ஓம் ஹ்ரீம் ப்ரேம் ஸ: நித்யக்லின்னே மதத்ரவே
ஸ்வாஹா
ओं ह्रीं फ्रें स: नित्यक्लिन्ने मदद्रवे स्वाहा

76. ஸ்ரீ ஶிவதூதீ நித்யா மந்த்ர: - श्री शिवदूती नित्या मन्त्र:
ஹ்ரீம் ஶிவதூத்யை ஸ்வாஹா
ह्रीं शिवदूत्यै स्वाहा

77. ஸ்ரீ த்வரிதா நித்யா மந்த்ர: - श्री त्वरिता नित्या मन्त्र:
ஓம் ஹ்ரீம் ஹூம் கே ச ச்சே க்ஷ: ஸ்த்ரீம் ஹூம்
க்ஷேம் ஹ்ரீம் படட்
ओं ह्रीं हुं खे च च्छे क्ष: स्त्रीं हुं क्षें ह्रीं फट्

78. ஸ்ரீ குலஸுந்தரீ நித்யா மந்த்ர: -
     श्री कुलसुन्दरी नित्या मन्त्र:
ஐம் க்லீம் ஸௌள: - ऐं क्लीं सौ:

79. ஸ்ரீ நித்யா நித்யா மந்த்ர: - श्री नित्या नित्या मन्त्र:
ஓம் ஐம் க்லீம் ஸௌள: ஹஸ்ரௌள: ஹஸ்க்ல்ரீம்
ஹஸ்ரௌள: ஸௌள: க்லீம் ஐம் த்ராம் த்ரீம் க்லீம்
ப்லூம் ஸ:
ओं ऐं क्लीं सौ: ह्सौ: ह्स्क्लीं ह्सौ: सौ: क्लीं ऐं द्रां द्रीं क्लीं ब्लूं स:

80. ஸ்ரீ நீலபதாகா நித்யா மந்த்ர: - श्री नीलपताका नित्या

मन्त्र:

ஓம் ஹ்ரீம் ப்ரேம் ஸ்ரூம் ஆம் ஹ்ரீம் க்ரோம்
நித்யமதத்ரவே ஹூம் க்ரோம்

ओं ह्रीं फ्रें सूं आं ह्रीं क्रों नित्यमदद्रवे हुम् क्रों

81. ஸ்ரீ விஜயா நித்யா மந்த்ர: - श्री विजया नित्या मन्त्र:

ஓம் ஹ்ஸ்க்ப்ரேம் விஜயாயை நம:

ओं हस्ख्रें विजयायै नम:

82. ஸ்ரீ ஸர்வமங்களா நித்யா மந்த்ர: -
श्री सर्वमङ्गला नित्या मन्त्र:

ஸ்வோம் ஸர்வமங்களாயை நம:

स्वों सर्वमङ्गलायै नम:

83. ஸ்ரீ ஜ்வாலாமலினீ நித்யா மந்த்ர: -
श्री ज्वालामालिनी नित्या मन्त्र:

ஓம் நமோ பகவதி ஜ்வாலாமாலினி தேவ தேவி
ஸர்வபூத ஸம்ஹாரகாரிகே ஜாதவேதஸி ஜ்வலந்தி
ப்ரஜ்வலந்தி ஜ்வல ஜ்வல ப்ரஜ்வல ஹூம் ரம் ரம்
ஹூம் பட்

ओं नमो भगवति ज्वालामालिनि देव देवि सर्वभूत संहारकारिके
जातवेदसि ज्वलन्ति प्रज्वलन्ति ज्वल ज्वल प्रज्वल प्रज्वल हुं रं रं हुं
फट्

84. ஸ்ரீ சித்ரா நித்யா மந்த்ர: - श्री चित्रा नित्या मन्त्र:

ஓம் ச்கௌம் சித்ராயை நம:

ओं क्रौं चित्रायै नम:

*****

ஸ்ரீ தேவீ ஆம்னாய மந்திரங்கள் - श्री देवी आंनाय मन्त्रा:

ஸ்ரீதேவீயை ஆம்னாய முறைப்படி பூஜை செய்வது வழக்கம். ஆம்னாய என்ற பதத்திற்கு வேதம், புனித நூல், பாரம்பரியம், குரு பரம்பரை என்றெல்லாம் பொருள் கொள்ளலாம். வழக்கமாக கிழக்கு, தெற்கு, மேற்கு மற்றும் வடக்கு என்று நான்கு ஆம்னாயங்களைக் குறிப்பிடுவது வழக்கம். சில சமயங்களில் மேலும் இரண்டு ஆம்னாயங்கள் சேர்ப்பதுண்டு - மேல் மற்றும் கீழ் திசைகள். ஸ்ரீவித்யா பரம்பரையில், பஞ்சதஸீ முறையை பின்பற்றுபவர்கள் நான்கு ஆம்னாயங்களையும், ஷோடஸீ முறையை பின்பற்றுபவர்கள் ஆறு ஆம்னாயங்களையும் மேற்கொள்வர். இவ்வாறு ஷடாம்னாயம் என்று வழங்கப் படும்.

ஒவ்வொரு ஆம்னாயத்திலும், அந்த வழிபாட்டு முறையை ஆரம்பித்தவர்களுக்கு (குரு மண்டலம்) முதல் வணக்கம் அர்ப்பணிக்கப் படும். ஒவ்வொரு ஆம்னாயத்திற்கும் குறிப்பிட்ட தேவதைகள் மற்றும் அந்த தேவதைகளுக்குரிய மந்திரங்களும் கொடுக்கப் பட்டுள்ளன. மேலும், ஒவ்வொரு ஆம்னாயத்திற்கும் ஒவ்வொரு பீடம் தொடர்புடையாகும் - காமகிரி பீடம் (கிழக்கு), பூர்ணகிரி பீடம் (தெற்கு), ஜாலந்தர பீடம் (மேற்கு) மற்றும் ஒட்டியாண பீடம் (வடக்கு). ஆம்னாயங்கள் மஹாத்ரிபுரசுந்தரி வடிவில் உள்ளன - உன்மாதினீ (கிழக்கு), போகினீ (தெற்கு), குப்ஜிகா (மேற்கு) மற்றும் காளிகா (வடக்கு). இவர்கள் ஸமய வித்யேஸ்வரீ என்றழைக்கப் படுவர்.

இந்த ஆம்னாய மந்திரங்கள் கீழே விவரிக்கப் பட்டுள்ளன.

பூர்வாம்னாயம் – पूर्वाम्नाय:

கிழக்கு - ரிக் வேதம் - இங்குள்ள தேவதைகள் 'ஸ்யாமா' வித்யையிலிருந்து தோன்றியவர்கள். இந்த

75

ஆம்னாயத்தில் அம்பிகையின் முக்கிய பரிவார தேவதைகளாக நால்வர் இருக்கின்றனர்:

1. **ஶுத்தவித்யை** - அக்ஞானத்தை ஒழிப்பதால் ஶுத்த வித்யை, ஶுத்தானந்த நாதரால் உபதேசிக்கப் பட்டது.

2. **பாலை** - சிறுமியாக விளையாடுபவள். சித்தர்கள் நூல்களில் 'வாலை' என்று அழைக்கப்படுபவள் இவளே.

3. **த்வாதஶார்த்தா** - பன்னிரண்டும் அதில் பாதி ஆறுமாக 18 அக்ஷரங்களுடன் கூடியவள்.

4. **மதங்கினி** - மதங்க முனிவரால் உபதேசிக்கப் பட்டவள். தஶ மஹா வித்யைகளில் ஒருவள்.

கிழக்கு வாசலில் உள்ள தேவதைகளில் இந்நால்வரே முக்கியமானவர்கள்.

குரு ஸ்துதி - गुरु स्तुति

ஓம் ஶ்ரீநாதாதி குருத்ரயம் கணபதிம் பீடத்ரயம் பைரவம்
ஸித்தௌகம் வடுகத்ரயம் பதயுகம் தூதீக்ரமம் மண்டலம் |
ओं श्रीनाथादिगुरुत्रयं गणपति पीठत्रयं भैरवं
सदिधौघं वटुकत्रयं पदयुगं दूतिक्रमं मण्डलम् ।

வீராந்த்வ்யஷ்ட சதுஷ்க ஷஷ்டி நவகம் வீராவளீ பஞ்சகம்
ஶ்ரீமன்மாலினி மந்த்ரராஜ ஸஹிதம் வந்தே குரோர் மண்டலம் ||
वीरान्द्व्यष्ट चतुष्क षष्टिनिवकं वीरावली पञ्चकं
श्रीमन्मालनिमिन्त्रराज सहितं वन्दे गुरोर्मण्डलम् ॥

வந்தே குருபதத்வந்த்வ மவாங்மனஸ கோசரம்
ரக்தஶுக்ல ப்ரபாமிஶ்ர மதர்க்யம் த்ரைபுரம் மஹ: ||
वन्दे गुरुपददवन्दव मवाङ्मनस गोचरम् ।
रक्तशुक्ल प्रभामसिर मतर्कयं तरैपुरं मह: ॥

பத்மராகம், முத்துக்கள் கோர்க்கப்பட்ட அணிகலன்கள் பூண்டவளாக, சிவப்பு ஆடைகள் அணிந்தவளாக, க்ரீடத்தில் சந்திரபிறை சூடியவளாக, வர அபயங்கொண்டு, பாஶ அங்குஶத்தை கரங்களில் ஏந்தியிருப்பவளாக ஸ்ருஷ்டி சக்ர பூர்வாம்னாய தேவதையை தியானிக்க வேண்டும்.

குரு மண்டலம் - गुरु मण्डलम्

1. <u>குரு</u>: - ஓம் ஜம் ஹ்ரீம், ஸ்ரீம் ஜம் க்லீம் ஸெள:, ஹம்ஸ: ஶிவ: ஸோஹம். ஹ்ஸ்க்ப்ரேம் ஹ்ஸௌக்ஷமல வரயூம் ஹ்ஸெள:, ஸஹக்ஷமல வரயீம் ஸ்ஹெள, ஹம்ஸ: ஶிவ: ஸோஹம், ஸ்வரூப நிரூபண ஹேதவே ஸ்ரீ குரவே நம: (ஸ்வாஹா)

गुरुः - ॐ, ऐं, ह्रीं, श्रीं, ऐं, क्लीं, सौः, हंसः शविः सोहं, हस्ख्फ्रें, हसक्षमल वरयूं हसौः, सहक्षमल वरयीं सहौः, हंसः शविः सोहं, स्वरूप नरिुपण हेंतवे श्री गुरवे नमः (स्वाहा)

2. <u>பரமகுரு</u>: - ஓம் ஜம் ஹ்ரீம் ஸ்ரீம், ஜம் க்லீம் ஸெள:, ஸோஹம். ஹம்ஸ: ஶிவ:, ஹ்ஸ்க்ப்ரேம் ஹ்ஸௌக்ஷமல வரயீம் ஹ்ஸெள:, ஸோஹம் ஹம்ஸ: ஶிவ: ஸ்வச்சப்ரகாஶ விமர்ஶ ஹேதவே ஸ்ரீ பரமகுரவே நம: (ஸ்வாஹா)

परमगुरुः - ॐ, ऐं, ह्रीं, श्रीं, ऐं, क्लीं, सौः, सोहं हंस, शवि हस्ख्फ्रें, हसक्षमल वरयीं, हसौः, सोहं हंसः, शविः स्वच्चप्रकाश वमिर्श हेंतवे श्री परमगुरवे नमः (स्वाहा)

3. <u>பரமேஷ்டிகுரு</u>: - ஓம் ஜம் ஹ்ரீம் ஸ்ரீம், ஜம் க்லீம் ஸெள:, ஹம்ஸ:, ஶிவ: ஸோஹம், ஹம்ஸ:, ஹ்ஸ்க்ப்ரேம் ஹ்ஸௌக்ஷமல வரயூம் ஹ்ஸெள: ஸஹக்ஷமல வரயீம் ஸ்ஹெள:, ஹம்ஸ: ஶிவ: ஸோஹம் ஹம்ஸ:, ஸ்வாத்மாராம பஞ்ஜரவிலீன தேஜஸே ஸ்ரீ பரமேஷ்டி குரவே நம: (ஸ்வாஹா)

परमेष्ठगिुरुः - ॐ, ऐं, ह्रीं, श्रीं, ऐं, क्लीं, सौः, हंसः, शविः सोहं, हंस, हस्ख्फ्रें, हसक्षमल वरयूं हसौः, सहक्षमल वरयीं स हौः, हंसः, सोहं हंसः स्वात्माराम पञ्जरवलीनतेजसे श्री परमेष्ठगिुरवे नमः (स्वाहा)

4. <u>கணபதி</u> - ஓம் ஸ்ரீம் ஹ்ரீம் க்லீம் க்லௌம் கம் கணபதயே வர வரத ஸர்வஜனம் மே வஶமானய ஸ்வாஹா

गणपति - ॐ, श्रीं, ह्रीं, क्लीं, ग्लौं, गं, गणपतये वर वरद सर्वजनं मे वशमानय स्वाहा (स्वाहा)

5⁷ பீடத்ரயம் - पीठत्रयम्

I. ஓம் ஐம் ஹ்ரீம் ஸ்ரீம் ஐம் க்லீம் ஸௌ: அம் ஆம் ஸௌ: காமகிரிபீட ப்ரஹ்மாத்ம ஶக்த்யை நம: (ஸ்வாஹா)

ओं, ऐं, ह्रीं, श्रीं, ऐं, क्लीं, सौ: अं आं सौ: कामगरिपीठ ब्रह्मात्म शक्त्यै नम: (स्वाहा)

II. ஓம் ஐம் ஹ்ரீம் ஸ்ரீம் ஐம் ஹ்ரீம் ஸ்ரீம் ஐம் க்லீம் ஸௌ: பூர்ணகிரிபீட விஷ்ணவாத்ம ஶக்த்யை நம: (ஸ்வாஹா)

ओं, ऐं, ह्रीं, श्रीं, ऐं, ह्रीं श्रीम् ऐं क्लीं सौ: पूरणगरिपीठ वषिणवात्म शक्त्यै नम: (स्वाहा)

III. ஓம் ஐம் ஹ்ரீம் ஸ்ரீம் ஐம் க்லீம் ஸௌ: ஸ்ரீம் ஹ்ரீம் ஐம் ஜாலந்தரபீட ருத்ராத்ம ஶக்த்யை நம: (ஸ்வாஹா)

ओं, ऐं, ह्रीं, श्रीं, ऐं, क्लीं सौ: श्रीं ह्रीं ऐं जालन्धरपीठ रुद्रात्म शक्त्यै नम: (स्वाहा)

தேவதைகள் - देवता:

6. ஶுத்தவித்யா - ஓம் ஐம் ஹ்ரீம் ஸ்ரீம் ஐம் ஈம் ஔ: (ஸ்வாஹா)

शुदधवदिया - ओं ऐं ह्रीं श्रीं ऐं ई औ: (स्वाहा)

7. பாலா - ஓம் ஐம் ஹ்ரீம் ஸ்ரீம் ஐம் க்லீம் ஸௌ: ஸௌ: க்லீம் ஐம் (ஸ்வாஹா)

बाला - ओं ऐं ह्रीं श्रीं ऐं क्लीं सौ: सौ: क्लीं ऐं (स्वाहा)

8. த்வாதஶார்தா - ஓம் ஐம் ஹ்ரீம் ஸ்ரீம் ஹஸகலரடைம் ஹஸகலரடீம் ஹஸகலரடௌ: (ஸ்வாஹா)

द्वादशारधा - ओं ऐं ह्रीं श्रीं हसकलरडैं हसकलरडीं हसकलरडौ: (स्वाहा)

9. மாதங்கினீ மந்திரங்கள் - मातङ्गिनी मन्त्रा:

I. ஓம் ஐம் ஹ்ரீம் ஸ்ரீம் ஓம் ஹ்ரீம் ஹஸந்தி ஹஸிதோலாபே மாதங்கி பரிசாரிகே |
மம பயவிக்னாபதாம் நாஶம் குரு குரு ட: ட: ஹ்ரூம் பட் (ஸ்வாஹா)

ॐ ऐं ह्रीं श्रीं ॐ ह्रीं हसन्ति हसतिलापे मातङ्गि परचिरकि । मम भयविघ्निपदां नाशं कुरु कुरु ठ ठ हुं फट् (स्वाहा)

II. ஓம் ஐம் ஹ்ரீம் ஸ்ரீம் ஐம் ஹ்ரீம் ஸ்ரீம் ஐம் க்லீம் ஸௌ: ஓம் நமோ பகவதி ஸ்ரீமாதங்கீஷ்வரீ, ஸர்வஜன மனோஹரீ, ஸர்வமுக ரஞ்ஜனி, க்லீம் ஹ்ரீம் ஸ்ரீம் ஸர்வராஜ வஶங்கரி ஸர்வ ஸ்த்ரீ புருஷ வஶங்கரி, ஸர்வ துஷ்டம்ருக வஶங்கரி, ஸர்வ ஸத்வ வஶங்கரி, ஸர்வ லோக வஶங்கரி, த்ரைலோக்யம் மே வஶமானய ஸ்வாஹா । ஸௌ: க்லீம் ஐம் ஸ்ரீம் ஹ்ரீம் ஐம் (ஸ்வாஹா)

ॐ ऐं ह्रीं श्रीं ऐं ह्रीं श्रीं ऐं क्लीं सौ: ॐ नमो श्रीमातङ्गीश्वरि सर्वजन मनोहरी, सर्वमुखरञ्जनि, क्लीं ह्रीं श्रीं सर्वराज वशङ्करि सर्व स्त्री पुरुष वशङ्करि, सर्व दुष्टमृग वशङ्करि, सर्व सत्व वशङ्करि, सर्व लोक वशङ्करि, त्रैलोक्यं मे वशमानय स्वाहा । सौ: क्लीं ऐं श्रीं ह्रीं ऐं (स्वाहा)

III. ஐம் ஹ்ரீம் ஸ்ரீம் ஓம் நமோ பகவதே மஹா ஶுகாய, த்ரிபுவன அலங்காராய, ராஜ மதமர்தனாய ஸீக்ரம் ராஜானம் மே வஶமானய (ஸ்வாஹா)

ॐ ऐं ह्रीं श्रीं ॐ नमो भगवते महाशुकाय त्रभिुवन अलङ्काराय, राज मदमर्दनाय शीघ्रं राजानं मे वशमानय (स्वाहा)

IV. ஓம் ஐம் ஹ்ரீம் ஸ்ரீம் ஓம் ஐம் நமோ பகவதி ஶாம் ஶாரிகே ஸகல கலா கோவிதே வித்யாம் போதய போதய (ஸ்வாஹா)

ॐ ऐं ह्रीं श्रीं ॐ ऐं नमो भगवति शां शारकि सकल कला कोवदि वदियां बोधय बोधय (स्वाहा)

V. ஓம் ஐம் ஹ்ரீம் ஸ்ரீம் ஓம் நமோ பகவத்யை வீம் வீணாயை மம ஸங்கீத வித்யாம் ப்ரயச்ச (ஸ்வாஹா)

ॐ ऐं ह्रीं श्रीं ॐ नमो भगवत्यै वीं वीणायै मम संगीत वदियां प्रयच्छ (स्वाहा)

VI. ஓம் ஐம் ஹ்ரீம் ஸ்ரீம் ஓம் நமோ பகவதி வ்யம் வேணவே மம ஸாஹித்ய வித்யாம் ப்ரயச்ச (ஸ்வாஹா)

ॐ ऐं ह्रीं श्रीं ॐ नमो भगवति व्यं वेणवे मम साहित्य वदियां प्रयच्छ (स्वाहा)

79/II. ஓம் ஜம் ஹ்ரீம் ஸ்ரீம் ஜம் நம: உச்சிஷ்ட சண்டாளி மாதங்கி ஸர்வஜன வஶங்கரி (ஸ்வாஹா)

ॐ ऐं ह्रीं श्रीं ऐं नम: उच्छष्टि चण्डालिमातङ्गि सर्वजन वशङ्करि (स्वाहा)

10. **காயத்ரி** - ஓம் ஜம் ஹ்ரீம் ஸ்ரீம் ஓம் பூர்புவ ஸுவ:| தத்ஸவிதுர்வரேண்யம் பர்**கோதேவஸ்ய தீமஹி** த்யோயோன ப்ரசோதயாத் ||

யோ **தேவ** ஸவிதாஸ்மாகம் தியோ தர்மாதி **கோசர:** ப்ரேரயேத் தஸ்ய யத்பர்க: தத்ஸவரேண்யம் உபாஸ்மஹே (ஸ்வாஹா)

गायत्री - ॐ ऐं ह्रीं श्रीं ॐ भूर्भुवस्व: तत्सवितुर्वरेण्यं भर्गो देवस्य धीमहि। धियो यो न: प्रचोदयात् ॥

यो देव सवतास्माकम् धियो दरमादि गोचर: प्रेरयेत् तस्य यत्भरग: तत्सवरेण्यम् उपास्महे (स्वाहा)

11. **கணபதி** மந்திரங்கள் - गणपति मन्त्राः

   I. ஓம் ஜம் ஹ்ரீம் ஸ்ரீம் ஓம் ஸ்ரீம் ஹ்ரீம் க்லௌம் கணபதயே ஸர்வ கார்ய ஸித்திம் குரு குரு (ஸ்வாஹா)

ॐ ऐं ह्रीं श्रीं ॐ श्रीं ह्रीं ग्लौं गणपतये सर्व कार्य सदिधि कुरु कुरु (स्वाहा)

   II. ஓம் ஜம் ஹ்ரீம் ஸ்ரீம் ஓம் ஸ்ரீம் ஹ்ரீம் ஸர்வ கார்ய விக்ன ப்ரஶமனாய, ஸர்வராஜ வஶ்ய கராய, ஸர்வ ஸ்த்ரீ புருஷ ஆகர்ஷணாய, ஸர்வ லோக வஶீகரணாய, ஆம் ஹ்ரீம் க்ரோம் ஹும் பட் (ஸ்வாஹா)

ॐ ऐं ह्रीं श्रीं ॐ श्रीं ह्रीं सर्व कार्य वघिन प्रशमनाय, सर्वराज वश्य कराय, सर्व सत्री पुरुष आकरषणाय, सर्व लोक वशीकरणाय, आं ह्रीं क्रों हूम् फट् (स्वाहा)

   III. ஓம் ஜம் ஹ்ரீம் ஸ்ரீம் ஓம் க்லௌம் நவனீத கணபதயே ஸர்வ ஜனான்மே வஶமானய (ஸ்வாஹா)

ॐ ऐं ह्रीं श्रीं ॐ कौं नवनीत गणपतये सर्व जनान्मे वशमानय (स्वाहा)

IV.   ஓம் ஐம் ஹ்ரீம் ஶ்ரீம் ஓம் ஶ்ரீம் ஹ்ரீம் க்லீம் க்லௌம் ஐம் வத வத வாக்வாதினி ஸித்த கணபதயே கீம் பகவதி (ஸ்வாஹா)

ॐ ऐं ह्रीं श्रीं ॐ श्रीं ह्रीं क्लीं ग्लौं वद वद वाग्वादिनि सिद्धिगणपतये गीं भगवति (स्वाहा)

V.   ஓம் ஐம் ஹ்ரீம் ஶ்ரீம் ஓம் ஹஸ்திமுகாய லம்போதராய உச்சிஷ்டாய மஹாத்மனே ஆம் க்ரோம் ஹ்ரீம் க்லீம் க்லௌம் கம் கே கே உச்சிஷ்டாய (ஸ்வாஹா)

ॐ ऐं ह्रीं श्रीं ॐ हस्तिमुखाय लंबोदराय उच्छिष्टाय महात्मने आम् क्रोम् हरीम् क्लीं ग्लौं गं घे घे उच्छिष्टाय (स्वाहा)

VI.   ஓம் ஐம் ஹ்ரீம் ஶ்ரீம் ஓம் கம் ஓம் (ஸ்வாஹா)

ॐ ऐं ह्रीं श्रीं ॐ गं ओम् (स्वाहा)

12. கார்த்திகேய மந்த்ரங்கள் - कार्तिकेय मन्त्रा:

I.   ஓம் ஐம் ஹ்ரீம் ஶ்ரீம் ஓம் ஐம் க்ஷம் க்ஷம் குமாராய நம: (ஸ்வாஹா)

ॐ ऐं ह्रीं श्रीं ॐ ऐं क्षं क्षं कुमाराय नमः (स्वाहा)

II.   ஓம் ஐம் ஹ்ரீம் ஶ்ரீம் ஓம் ஹ்ரீம் ஶ்ரீம் ஸம் ஸுப்ரஹ்மண்யாய மம வைரிதைர்யம் சலய சலய (ஸ்வாஹா)

ॐ ऐं ह्रीं श्रीं ॐ ह्रीं श्रीं सं सुब्रह्मण्याय वैरधिर्यं चलय चलय (स्वाहा)

III.   ஓம் ஐம் ஹ்ரீம் ஶ்ரீம் ஓம் ஹ்ரீம் ஶ்ரீம் க்லீம் ஸௌ: ஸ்கந்தாய நம: (ஸ்வாஹா)

ॐ ऐं ह्रीं श्रीं ॐ ह्रीं श्रीं क्लीं सौः स्कन्दाय नमः (स्वाहा)

13. ம்ருத்யுஞ்ஜயமனு: ஓம் ஐம் ஹ்ரீம் ஶ்ரீம் ஓம் ஹௌம் ஜூம் ஸ: (ஸ்வாஹா)

मृत्युञ्जयमनुः - ॐ ऐं ह्रीं श्रीं ॐ हौं जूं सः (स्वाहा)

14. நீலகண்டமனு: ஓம் ஐம் ஹ்ரீம் ஶ்ரீம் ஹும் ப்ரோம் ந்ரீம் ட: (ஸ்வாஹா)

नीलकण्ठमनुः - ॐ ऐं ह्रीं श्रीं ॐ परों न्रीं ठः (स्वाहा)

15. த்ரயம்பகமனு: ஓம் ஐம் ஹ்ரீம் ஶ்ரீம் த்ரயம்பகம் யஜாமஹே ஸுகந்திம் புஷ்டி வர்தனம்

81 உ ர்வாருகமிவ வந்தனான் ம்ருத்யோர் முகூஷீய மாம்ருதாத் (ஸ்வாஹா)

<u>त्रयंबकमनुः</u> - ॐ ऐं ह्रीं श्रीं त्रयंबकं यजामहे सुगन्धिं पुष्टिवर्धनम् ।
उर्वारुकमिव बन्धनान्मृत्योर्मुक्षीय मामृतात् ॥ (स्वाहा)

16. **ஜாதவேதோமனு:** ஓம் ஜம் ஹ்ரீம் ஶ்ரீம் ஓம் வைஸ்வானர ஜாதவேத இஹாவஹ லோஹிதாக்ஷ ஸர்வ கர்மாணி ஸாதய ஸாதய (ஸ்வாஹா)

<u>जातवेदोमनुः</u> - ॐ ऐं ह्रीं श्रीं ॐ वैश्वानर जातवेद इहावह लोहिताक्ष सर्व कर्माणि साधय साधय (स्वाहा)

17. **ப்ரத்யங்கிராமனு:** - <u>परतयङ्गरिमनुः</u>

I. ஓம் ஜம் ஹ்ரீம் ஶ்ரீம் ஓம் ஆம் ஹ்ரீம் க்ரோம் ஓம் நம: க்ருஷ்ணவஸனே ஸிம்ஹவதனே மஹாபைரவி ஜ்வலஜ் ஜ்வாலா ஜிஹ்வே கராளவதனே ப்ரத்யங்கிரே க்ஷம்ரோம் ।
ஓம் நமோ நாராயணாய ।
க்ருணிஸ்ஸூர்யாதித்யோம் ॥
ஸஹஸ்ரார ஹூம் பட் ॥
அவ ப்ரஹ்மத்விஷோ ஜஹி ॥ (ஸ்வாஹா)

ॐ ऐं ह्रीं श्रीं ॐ आं ह्रीं क्रों ॐ नम: कृष्णवसने सिंहवदने महाभैरवि ज्वलज् ज्वाला जह्विे करालवदने परतयङ्गरि क्ष्मरोम् । ॐ नमो नारायणाय । घृणसिसूर्यादित्योम् ॥ सहस्रार हूम् फट् ॥ अव ब्रह्मद्वषिी जहि ॥ (स्वाहा)

II. ஓம் ஜம் ஹ்ரீம் ஶ்ரீம் ஓம் ஹ்ரீம் கேம் ப்ரேம் பக்ஷஜ்வாலா ஜிஹ்வே கராள வதனே காலராத்ரி ப்ரத்யங்கிரே க்ஷேஶம் க்ஷம்ரௌம் ஹ்ரீம் நமஸ்துப்யம் ஹன ஹன, மாம் ரக்ஷ ரக்ஷ, மம ஶத்ரூன் பக்ஷய பக்ஷய ஹூம் பட் (ஸ்வாஹா)

ॐ ऐं ह्रीं श्रीं ॐ ह्रीं खें फ्रें भक्ष ज्वालाजह्वि करालवदने कालरात्रि परतयङ्गरि क्ष्रों क्ष्रौं ह्रीम् नमस्तुभ्यं हन हन, मां रक्ष रक्ष, मम शत्रून् भक्षय भक्षय हूम् फट् (स्वाहा)

III. ஓம் ஜம் ஹ்ரீம் ஶ்ரீம் ஶ்ரீம் ஹ்ரீம் ஓம் நம: க்ருஷ்ணவஸனே ஸஹஸ்ர ஸிம்ஹினி ஸஹஸ்ரவதனே காலராத்ரி ப்ரத்யங்கிரே பரஸைன்ய பரக்ரம வித்வம்ஸினி

பரமந்த்ரோத்ஸாதினீ ஸர்வபூத தமனீ ஸர்வ **தேஹான் பந்த பந்த** ஸர்வ வித்யாம் **சிந்தி சிந்தி** க்ஷோபய க்ஷோபய பரதந்த்ராணி ஸ்போடய ஸ்போடய ஸர்வ ஸ்ருங்கலான் த்ரோடய த்ரோடய ஜ்வலஜ் ஜ்வாலா ஜிஹ்வே கராளவதனே ப்ரத்யங்**கிரே** ஹ்ரீம் நம: (ஸ்வாஹா)

ॐ ऐं ह्रीं श्रीं श्रीं ह्रीं ॐ नम: कृष्णवसने सहस्र सहिनि सहस्र वदने कालरात्रि प्रत्यङ्गरि परसैन्य परकर्म वधि्वम्सनि परमन्त्रोत्सादनि सर्वभूतदमनि सर्वदेहान्बन्ध बन्ध सर्व वदियां छन्दि छन्दि क्षोभय क्षोभय परतन्त्राणि स्फोटय स्फोटय सर्व शृङ्खलान् त्रोटय त्रोटय जवलज् ज्वाला जह्विे करालवदने प्रत्यङ्गरि ह्रीं नम: (स्वाहा)

ஓம் ஐம் ஹ்ரீம் ஸ்ரீம் யாம் கல்பயந்தி நோऽரய:
க்ரூராம் க்ருத்யாம் வதூமிவ ।
தாம் ப்ரஹ்மணா பன்னிர்ணுத்தம: ப்ரத்யக்
கர்த்தாரம்ருச்சது ॥ (ஸ்வாஹா)

ॐ ऐं ह्रीं श्रीं यां कल्पयन्ति नोऽरय: करूरां कृत्यां वधूमवि ।
तां ब्रह्मणा पन्नरिणुदम: प्रत्यक् कर्तारमृच्छतु ॥ (स्वाहा)

V. ஓம் ஐம் ஹ்ரீம் ஸ்ரீம் ஜ்வலஜ் ஜ்வாலா ஜிஹ்வே கராளதம்ஷ்ட்ரே ப்ரத்யங்**கிரே** க்ஷீம் ஹ்ரீம் ஹும் பட் (ஸ்வாஹா)

ॐ ऐं ह्रीं श्रीं जवलज् ज्वाला जह्विे करालदम्ष्टरे प्रत्यङ्गरि क्षी ह्रीं हुं फट् (स्वाहा)

18. **பிரஹ்மா** - ஓம் ஐம் ஹ்ரீம் ஸ்ரீம் ஓம் தத்புருஷாய வித்மஹே மஹாதேவாய தீமஹி । தன்னோ ருத்ர: ப்ரசோதயாத் ॥ ஓம் அகாரரூபாய ஸ்ருஷ்டி கர்த்ரே ப்ரஹ்மணே நம: (ஸ்வாஹா)

ब्रह्मा - ॐ ऐं ह्रीं श्रीं ॐ तत्पुरुषाय वदिमहे महादेवाय धीमहि। तन्नो रुद्र: प्रचोदयात् ॐ अकाररूपाय सृष्टि कर्तरे ब्रह्मणे नम: ॥ (स्वाहा)

19. **ஸமயவித்யேஶ்வரீ** - ஓம் ஐம் ஹ்ரீம் ஸ்ரீம் ஹ்ஸ்ரைம் ஹ்ஸ்கல்ரீம் ஹ்ஸ்ரெள: ।

83 பூர்வாம்னாய ஸமய வித்யேஸ்வரி உன்மோதினீ தேவ்யாம்பாயை நம: ॥ (ஸ்வாஹா)

<u>समयवदियेश्वरी</u> - ॐ ऐं ह्रीं श्रीं हसरैं हस्क्लरीम् हसरौः । पूर्वांनाय समय वदियेश्वरि उन्मोदनी देव्याम्बायै नमः ॥ (स्वाहा)

20. ஓம் ஐம் ஹ்ரீம் ஶ்ரீம் ஐம் கஏஈலஹ்ரீம் க்லீம் ஹஸகஹலஹ்ரீம் ஸௌ: ஸகலஹ்ரீம் **குருத்ரய கணபதி** பீடத்ரய ஸஹிதாயை **ஶுத்த** வித்யாதி ஸமய வித்யேஸ்வரீ பர்யந்த ஸதுர்விம்ஶதி ஸஹஸ்ர **தேவதா** பரிஸேவிதாயை காம**கிரி** பீடஸ்திதாயை பூர்வாம்னாய ஸமஷ்டி ரூபிண்யை ஶ்ரீ மஹாத்ரிபுரஸுந்தர்யை நம: (ஸ்வாஹா)

ॐ ऐं ह्रीं श्रीं ऐं कऐईलह्रीं क्लीं हसकहलहरीं सौः सकलहरी गुरुत्रय गणपति पीटत्रय सहितायै शुद्ध वदियादि समय वदियेश्वरी पर्यन्त चतुर्वंशिति सहस्र देवता परिसेवितायै कामगरिपीठस्तथियै पूर्वाम्नाय समष्टि रूपणियै श्री महात्रपिरसुन्दर्यै नमः (स्वाहा)

*****

தக்ஷிணாம்னாயம் - दक्षिणाम्नाय:

தெற்கு - யஜூர் வேதம் - இத்திசையில் அம்பிகையின் ஐந்து முக்கிய பரிவார தேவதைகள் இருக்கின்றனர்.

<u>ஸௌபாக்யா</u> - இவள் பெயருள்ள வித்யை ஸுபகானந்த நாதராலும், வித்யானந்த நாதராலும் உபதேசிக்கப் பட்டுள்ளது.

<u>பகளா</u> - தஸ மஹா வித்யைகளில் ஒருவள். பந்தினி, லாகினி என்ற இரு சக்திகளோடு கூடியிருந்து, ககனானந்த நாதரால் பூஜிக்கப் பட்டவள்.

<u>வாராஹி</u> - இவள் வேறு - மஹா வாராஹி வேறு. வரஹானந்த நாதரால் உபாஸிக்கப் பட்டவள்.

<u>வடுகப்ரியா</u> - வடுகரால் உபாஸிக்கப் பட்டவள். பிரம்மச்சாரிக்கு வடுகர் என்று பெயர்.

<u>திரஸ்கரணி</u> - தன் சக்தியால் பொருள்களையும், விஷயங்களையும் புலப்படுத்தா வண்ணம் மறைப்பதால் இப்பெயர். காமேஸ்வர காமேஸ்வரி ஐக்கியத்தின்பொழுது திரை வடிவமாக இருப்பவள். இவளை உபாசித்துத் தான் நளன் தமயந்தியை திருமணம் செய்து கொண்டான் என்று "குஞ்சிதாங்க்ரி ஸ்தவம்" கூறுகின்றது.

தெற்கு வாசலிலுள்ள தேவதைகளில் இவ்வைவர் மட்டுமே மிக முக்கியமானவர்கள்.

குரு மண்டலம் - गुरु मण्डलम्

1. **பைரவர்கள் - भैरवा:**

    i.   ஓம் ஐம் ஹ்ரீம் ஸ்ரீம் ப்ரேம் பட் பாம் பீம் ஹ்ரீம் ஸ்ரீம் மஹா மந்தான பைரவாய நம: (ஸ்வாஹா)

ॐ ऐं ह्रीं श्रीं प्रें फट् फां फीं ह्रीं श्रीं महामन्तान भैरवाय नम: (स्वाहा)

    ii.   ஓம் ஐம் ஹ்ரீம் ஸ்ரீம் ப்ரேம் பட் பாம் பீம் ஹ்ரீம் ஸ்ரீம் கசக்ர பைரவாய நம: (ஸ்வாஹா)

ॐ ऐं ह्रीं श्रीं प्रें फट् फां फीं ह्रीं श्रीं खचक्र भैरवाय नम: (स्वाहा)

    iii.   ஓம் ஐம் ஹ்ரீம் ஸ்ரீம் ப்ரேம் பட் பாம் பீம் ஹ்ரீம் ஸ்ரீம் பட்கார பைரவாய நம: (ஸ்வாஹா)

ॐ ऐं ह्रीं श्रीं प्रें फट् फां फीं ह्रीं श्रीं फट्कार भैरवाय नम: (स्वाहा)

    iv.   ஓம் ஐம் ஹ்ரீம் ஸ்ரீம் ப்ரேம் பட் பாம் பீம் ஹ்ரீம் ஸ்ரீம் ஏகாத்மானந்த பைரவாய நம: (ஸ்வாஹா)

ॐ ऐं ह्रीं श्रीं प्रें फट् फां फीं ह्रीं श्रीं एकात्मानन्द भैरवाय नम: (स्वाहा)

    v.   ஓம் ஐம் ஹ்ரீம் ஸ்ரீம் ப்ரேம் பட் பாம் பீம் ஹ்ரீம் ஸ்ரீம் ரவிபக்ஷண பைரவாய நம: (ஸ்வாஹா)

ॐ ऐं ह्रीं श्रीं प्रें फट् फां फीं ह्रीं श्रीं रविभक्षण भैरवाय नम: (स्वाहा)

    vi.   ஓம் ஐம் ஹ்ரீம் ஸ்ரீம் ப்ரேம் பட் பாம் பீம் ஹ்ரீம் ஸ்ரீம் சண்ட பைரவாய நம: (ஸ்வாஹா)

ॐ ऐं ह्रीं श्रीं प्रें फट् फां फीं ह्रीं श्रीं चण्ड भैरवाय नम: (स्वाहा)

85 vii. ஓம் ஜம் ஹ்ரீம் ஸ்ரீம் ப்ரேம் பட் பாம் பீம்
ஹ்ரீம் ஸ்ரீம் நபோநிர்மல பைரவாய நம:
(ஸ்வாஹா)

ॐ ऐं ह्रीं श्रीं प्रें फट् फां फीं ह्रीं श्रीं नभोनिर्मल भैरवाय नम: (स्वाहा)

viii. ஓம் ஜம் ஹ்ரீம் ஸ்ரீம் ப்ரேம் பட் பாம் பீம்
ஹ்ரீம் ஸ்ரீம் டாமரபாஸ்கர பைரவாய நம:
(ஸ்வாஹா)

ॐ ऐं ह्रीं श्रीं प्रें फट् फां फीं ह्रीं श्रीं डामरभास्कर भैरवाय नम: (स्वाहा)

2. ஸித்தெளகம் - सिद्धौगम्

i. ஓம் ஜம் ஹ்ரீம் ஸ்ரீம் ஹ்ரீம் ஸ்ரீம் ஸௌ: ஆம்
மஹாதுர்மானாம்பா ஸித்யை நம: (ஸ்வாஹா)

ॐ ऐं ह्रीं श्रीं ह्रीं श्रीं सौ: आं महादुर्मानांबा सिद्धयै (स्वाहा)

ii. ஓம் ஜம் ஹ்ரீம் ஸ்ரீம் ஹ்ரீம் ஸ்ரீம் ஸௌ: ஆம்
ஸுந்தர்யம்பா ஸித்யை நம: (ஸ்வாஹா)

ॐ ऐं ह्रीं श्रीं ह्रीं श्रीं सौ: आं सुन्दर्यंबा सिद्धयै (स्वाहा)

iii. ஓம் ஜம் ஹ்ரீம் ஸ்ரீம் ஹ்ரீம் ஸ்ரீம் ஸௌ: ஆம்
விஷவதளனாம்பா ஸித்யை நம: (ஸ்வாஹா)

ॐ ऐं ह्रीं श्रीं ह्रीं श्रीं सौ: आं विश्वदलनांबा सिद्धयै (स्वाहा)

iv. ஓம் ஜம் ஹ்ரீம் ஸ்ரீம் ஹ்ரீம் ஸ்ரீம் ஸௌ: ஆம்
கபாலிகாம்பா ஸித்யை நம: (ஸ்வாஹா)

ॐ ऐं ह्रीं श्रीं ह्रीं श्रीं सौ: आं कपालिकांबा सिद्धयै (स्वाहा)

v. ஓம் ஜம் ஹ்ரீம் ஸ்ரீம் ஹ்ரீம் ஸ்ரீம் ஸௌ: ஆம்
படவாம்பா ஸித்யை நம: (ஸ்வாஹா)

ॐ ऐं ह्रीं श्रीं ह्रीं श्रीं सौ: आं बडवांबा सिद्धयै (स्वाहा)

vi. ஓம் ஜம் ஹ்ரீம் ஸ்ரீம் ஹ்ரீம் ஸ்ரீம் ஸௌ: ஆம்
பீமாம்பா ஸித்யை நம: (ஸ்வாஹா)

ॐ ऐं ह्रीं श्रीं ह्रीं श्रीं सौ: आं भीमांबा सिद्धयै (स्वाहा)

vii. ஓம் ஜம் ஹ்ரீம் ஸ்ரீம் ஹ்ரீம் ஸ்ரீம் ஸௌ: ஆம்
கராள்யம்பா ஸித்யை நம: (ஸ்வாஹா)

ॐ ऐं ह्रीं श्रीं ह्रीं श्रीं सौ: आं कराल्यंबा सिद्धयै (स्वाहा)

viii. ஓம் ஜம் ஹ்ரீம் ஸ்ரீம் ஹ்ரீம் ஸ்ரீம் ஸௌ: ஆம் கரானனாம்பா ஸித்யை நம: (ஸ்வாஹா)

ॐ ऐं ह्रीं श्रीं ह्रीं श्रीं सौ: आं खराननांबा सिद्धयै (स्वाहा)

ix. ஓம் ஜம் ஹ்ரீம் ஸ்ரீம் ஹ்ரீம் ஸ்ரீம் ஸௌ: ஆம் ஶாலின்யம்பா ஸித்யை நம: (ஸ்வாஹா)

ॐ ऐं ह्रीं श्रीं ह्रीं श्रीं सौ: आं शालिन्यंबा सिद्धयै (स्वाहा)

3. வடுகத்ரயம் - वटुकत्रयम्

i. ஓம் ஜம் ஹ்ரீம் ஸ்ரீம் ஓம் ஹ்ரீம் ஸ்ரீம் ஹூம் பட் ஸ்கந்த வடுகாய நம: (ஸ்வாஹா)

ॐ ऐं ह्रीं श्रीं ॐ ह्रीं श्रीं फट् स्कन्द वटुकाय नम: (स्वाहा)

ii. ஓம் ஜம் ஹ்ரீம் ஸ்ரீம் ஓம் ஹ்ரீம் ஸ்ரீம் ஹூம் பட் சித்ர வடுகாய நம: (ஸ்வாஹா)

ॐ ऐं ह्रीं श्रीं ॐ ह्रीं श्रीं फट् चित्र वटुकाय नम: (स्वाहा)

iii. ஓம் ஜம் ஹ்ரீம் ஸ்ரீம் ஓம் ஹ்ரீம் ஸ்ரீம் ஹூம் பட் விரிஞ்சி வடுகாய நம: (ஸ்வாஹா)

ॐ ऐं ह्रीं श्रीं ॐ ह्रीं श्रीं फट् विरिञ्चि वटुकाय नम: (स्वाहा)

4. பதயுகம் - पदयुग:

i. ஓம் ஜம் ஹ்ரீம் ஸ்ரீம் ஹஸகலஹ்ரீம் ஹஸகஹலஹ்ரீம் ஸகலஹ்ரீம் | ப்ரகாஶ பாதுகாயை நம: (ஸ்வாஹா)

ॐ ऐं ह्रीं श्रीं हसकलह्रीं हसकहलह्रीम् सकलह्रीम् । प्रकाश पादुकायै नम: (स्वाहा)

ii. ஓம் ஜம் ஹ்ரீம் ஸ்ரீம் ஹஸகல ஹஸகஹல ஸகலஹ்ரீம் விமர்ஶ பாதுகாயை நம: (ஸ்வாஹா)

ॐ ऐं ह्रीं श्रीं हसकल हसकहल सकलह्रीम् । विमर्श पादुकायै नम: (स्वाहा)

தேவதைகள் - देवता:

5. <u>ஸௌபாக்ய வித்யா</u> - ஓம் ஜம் ஹ்ரீம் ஸ்ரீம் ஜம் கஏஈலஹ்ரீம் க்லீம் ஹஸகஹலஹ்ரீம் ஸௌ: ஸகலஹ்ரீம் | ஸௌபாக்ய வித்யாம்பாயை நம: (ஸ்வாஹா)

<u>सौभाग्यविद्या</u> - ॐ ऐं ह्रीं श्रीं ऐं कऐईलह्रीं क्लीं हसकहलह्रीम् सौ: सकलह्रीम् । सौभाग्य विद्याम्बायै (स्वाहा)

6. <u>பகளாமனு</u> - ஓம் ஐம் ஹ்ரீம் ஶ்ரீம் ஓம் ஹ்லல்ரீம் பகளாமுகி ஸர்வதுஷ்டானாம் வாசம் முகம் பதம் ஸ்தம்பய ஜிஹ்வாம் கீலய புத்திம் விநாஶய ஹ்ல்ரீம் ஓம் (ஸ்வாஹா)

<u>बगलामनु</u> - ॐ ऐं ह्रीं श्रीं ॐ ह्रीं बगलामुखी सर्वदुष्टानाम् वाचं मुखं पदं स्तंभय जिह्वां कीलय बुद्धि विनाशय ह्रीं ॐ (स्वाहा)

7. <u>வாராஹிமனு</u> - ஓம் ஐம் ஹ்ரீம் ஶ்ரீம் ஐம் க்லௌம் ஐம் நமோ பகவதி வார்தாளி வார்தாளி, வாராஹி வாராஹி, வராஹமுகி, வராஹமுகி, அந்தே அந்தினி நம: | ருந்தே ருந்தினி நம: | ஜம்பே ஜம்பினி நம: | மோஹே மோஹினி நம: | ஸ்தம்பே ஸ்தம்பினி நம: | ஸர்வதுஷ்ட ப்ரதுஷ்டானாம் ஸர்வேஷாம் ஸர்வவாக்சித்த சக்ஷுர்முக கதி ஜிஹ்வாஸ்தம்பனம் குரு குரு ஶீக்ரம் வஶ்யம் ஐம் க்லௌம் ஐம் ட: ட: ட: ட: ஹூம் அஸ்த்ராய பட் (ஸ்வாஹா)

<u>वाराहीमनु</u> - ॐ ऐं ह्रीं श्रीं ऐं क्लौं ऐं नमो भगवति वार्तालि वार्तालि वाराहि वाराहि वराहमुखी वराहमुखी अन्धे अन्धिनि नम: । रुन्धे रुन्धिनि नम: । जम्भे जम्भिनि नम: । मोहे मोहिनि नम: । स्तंभे स्तम्भिनि नम: । सर्वदुष्ट प्रदुष्टानां सर्वेषां सर्ववाग् चित्त चक्षुर्मुख गति जिह्वास्तम्भनं कुरु कुरु शीघ्रं वश्यं ऐं ग्लौं ऐं ठ: ठ: ठ: ठ: हुं अस्त्राय फट् (स्वाहा)

8. <u>வடுகமணு</u> - ஓம் ஐம் ஹ்ரீம் ஶ்ரீம் ஓம் ஹ்ரீம் வம் வடுகாய ஆபதுத்வாரணம் குரு குரு வம் வடுகாய ஹ்ரீம் ஓம் (ஸ்வாஹா)

<u>वटुकमनु</u> - ॐ ऐं ह्रीं श्रीं ॐ ह्रीं वं वटुकाय आपदुद्धारणम् कुरु कुरु वं वटुकाय ह्रीं ॐ (स्वाहा)

9. <u>திரஸ்காரிணிமனு</u> - ஓம் ஐம் ஹ்ரீம் ஶ்ரீம் ஐம் க்லீம் ஸௌ: ஓம் நமோ பகவதி திரஸ்கரிணி

மஹாமாயே மஹாநித்ரே ஸகல பஶூஜன மனசக்ஷு: ஸ்ரோத்ர திரஸ்காரணம் குரு குரு ஸ்வாஹா | ஸௌ: க்லீம் ஐம் ஶ்ரீம் ஹ்ரீம் ஐம் (ஸ்வாஹா)

<u>திரஸ்காரிணிமனு</u> - ॐ ऐं ह्रीं श्रीं ऐं क्लीं सौः ॐ नमो भगवति तिरस्करिणि

महामाये महानिद्रे सकल पशुजन मनचक्षु: श्रोत्र तिरस्काराणां कुरु कुरु स्वाहा। सौः क्लीं ऐं श्रीं हीं ऐं (स्वाहा)

10. <u>மஹாமாயா</u> - ஓம் ஐம் ஹ்ரீம் ஶ்ரீம் ஓம் ஹ்ரீம் ஈம் ஓம் நமோ பகவதி மஹாமாயே மனோமயே ஜகத்க்ஷோபிணி வர வரதே ஸர்வஜனம் மோஹய மோஹய ஈம் ஹ்ரீம் ஓம் (ஸ்வாஹா)

<u>महामाया</u> - ॐ ऐं ह्रीं श्रीं ॐ ह्रीं ई ॐ नमो भगवति महामाये मनोमये जगत्क्षोभिणि वर वरदे सर्वजनं मोहय मोहय ई हीं ॐ (स्वाहा)

11. <u>அகோரமனு</u> - ஓம் ஐம் ஹ்ரீம் ஶ்ரீம் ஹ்ராம் ஹ்ரீம் ஹ்ரூம் அகோரேப்யோऽத கோரேப்யோ கோர கோரதரேப்ய: | ஸர்வேப்ய: ஸர்வ ஸர்வேப்யோ நமஸ்தே அஸ்து ருத்ர ரூபேப்ய: | ஹ்ரைம் ஹ்ரௌம் ஹ்ர: அகோராய ஸ்வாஹா | அகோரேப்யோऽத கோரேப்யோ கோரகோரதரேப்ய:| ஸர்வேப்ய: ஸர்வ ஸர்வேப்யோ நமஸ்தே அஸ்து ருத்ரரூபேப்ய: ஸ்வாஹா | கம் கம் ஹம் க்ஷம் ஸம் ஹம் க்ரீம் க்ரீம் ப்ரத்யக்ஷ ப்ரத்யக்ஷ ஹ்ரூம் ஹ்ரீம் ஹ்ராம் ஸம் ஹூம் பட் (ஸ்வாஹா)

<u>अघोरमनु</u> - ॐ ऐं ह्रीं श्रीं हां हीं हूं अघोरेभ्योऽथ घोरेभ्यो घोरघोरतरेभ्य:

| सर्वेभ्य: सर्व शर्वेभ्यो नमस्ते अस्तु रुद्र रूपेभ्य: |

हैं हौं ह: अघोराय स्वाहा। अघोरेभ्योऽथ घोरेभ्यो घोरघोरतरेभ्य:

सर्वभ्य: सर्व शर्वेभ्यो नमस्ते अस्तु रुद्र रूपेभ्य: स्वाहा । कं कं हं क्ष सं हं ग्रीं ग्रीं प्रत्यक्ष प्रत्यक्ष हीं हीं हां सं हुं फट् (स्वाहा)

12. <u>ஶரபமனு</u> - शरभमनु

89 i. ஓம் ஐம் ஹ்ரீம் ஸ்ரீம் ஓம் நமோ பகவதே ப்ரளய காலாக்னி ருத்ராய தக்ஷாத் வரத் வம்ஸகாய மஹாஸரபாய மம ஸத்ருச் சேதனம் குரு குரு (ஸ்வாஹா)

ॐ ऐं ह्रीं श्रीं ॐ नमो भगवते प्रलय कालाग्रि रुद्राय दक्षाध्वरध्वंसकाय महाशरभाय मम शत्रुच् छेदनं कुरु कुरु (स्वाहा)

ii. ஓம் ஐம் ஹ்ரீம் ஸ்ரீம் ஓம் கேம் காம் கம் பட் ப்ராணக்ரஹஸி ப்ராணக்ரஹஸி ஹூம் பட் । ஸர்வஸத்ரு ஸம்ஹாரகாய ஶரபஸாள்வாய பக்ஷிராஜாய ஹூம் பட் (ஸ்வாஹா)

ॐ ऐं ह्रीं श्रीं ॐ खें खां खं फट् प्राणग्रहसि हुम् फट् । सर्वशत्रु सम्हारकाय शरभसाव्वाय पक्षिराजाय हुम् फट् (स्वाहा)

13. **பேதாளமனு** - ஓம் ஐம் ஹ்ரீம் ஸ்ரீம் சாம் சீம் சம் ச்ரைம் ச்ரௌம் ச: ஐம் ஹ்ரீம் க்லீம் ஜாம் ப்ரேத பூதாதி பதயே மஹா பிஶாச கபாலாய ஜ்ராம் ஜ்ரோடிங்கதமனாய அதிபாய போ போ பேதாளா துப்யம் நம: (ஸ்வாஹா)

भेतालमनु - ॐ ऐं ह्रीं श्रीं छां छीं छं छैं छौं छ: ऐं ह्रीं क्लीं जां प्रेत भूताधिपतये महापिशाच कपालाय ज्रां झ्रोटिंगदमनाय अधिपाय भो भो भेताला तुभ्यं नम: (स्वाहा)

14. **கட்கராவணமனு** - ஓம் ஐம் ஹ்ரீம் ஸ்ரீம் ஓம் ஹ்ரீம் க்லீம் கம் பூதேஶ ஹ்ரீம் ஹ்ராம் கட்கராவணாய நம: (ஸ்வாஹா)

खड्गरावणमनु - ॐ ऐं ह्रीं श्रीं ॐ हीं क्लीं खं भूतेश हीं हां खड्गरावणाय नम: (स्वाहा)

15. **வீரபத்ரமனு** - ஓம் ஐம் ஹ்ரீம் ஸ்ரீம் ஓம் க்லீம் க்ரீம் வீரபத்ர ஜய ஜய நம: (ஸ்வாஹா)

वीरभद्रमनु - ॐ ऐं ह्रीं श्रीं ॐ क्लीं क्रीम् वीरभद्र जय जय नम: (स्वाहा)

16. **ருத்ரமனு** - ஓம் ஐம் ஹ்ரீம் ஸ்ரீம் ஓம் நமோ பகவதே ருத்ராய நம: (ஸ்வாஹா)

रुद्रमनु - ॐ ऐं ह्रीं श्रीं ॐ नमो भगवते रुद्राय नम: (स्वाहा)

17. **ஸாஸ்தாமனு** - ஓம் ஐம் ஹ்ரீம் ஸ்ரீம் ஹ்ரீம் ஹரிஹரபுத்ராய புத்ரலாபாய ஸத்ருநாஶனாய

மதகஜ வாஹனாய மஹாஸ்ஸாஸ்த்ரே ப்ரத்யக்ஷ வேலாயுதாய வர வரத ஸர்வஜனம் மே வஸமானய (ஸ்வாஹா)

<u>शास्तामनु</u> - ॐ ऐं ह्रीं श्रीं ह्रीं हरिहर पुत्राय पुत्रलाभाय शत्रुनाशनाय मदगज वाहनाय महाशास्त्रे प्रत्यक्ष वेलायुधाय वर वरद सर्वजनम् मे वशमानय (स्वाहा)

18. <u>பாஸுபதாஸ்த்ரமனு</u> - ஓம் ஐம் ஹ்ரீம் ஶ்ரீம் ஓம் ஶ்லீம் பஶு ஹூம் பட் (ஸ்வாஹா)

<u>पाशुपतास्त्रमनु</u> - ॐ ऐं ह्रीं श्रीं ॐ श्लीं पशु हुम् फट् (स्वाहा)

19. <u>ப்ரஹ்மாஸ்த்ரமனு</u> - ஓம் ஐம் ஹ்ரீம் ஶ்ரீம் ஓம் ஆம் ஹ்ல்ரீம் க்ரோம் க்லௌம் ஹூம் ஐம் க்லீம் ஹ்ரீம் ஶ்ரீம் பகளாமுகி ஆவேஶய ஆவேஶய ஆம் ஹ்ல்ரீம் க்ரோம் ப்ரஹ்மாஸ்த்ர ரூபிணி ஏஹ்யேஹி ஆம் ஹ்ல்ரீம் க்ரோம் மம ஹ்ருதயே ஆவஹாவஹ ஸந்நிதிம் குரு குரு ஆம் ஹ்ல்ரீம் க்ரோம் மம ஹ்ருதயே ஸூகம் சிரம் திஷ்ட திஷ்ட ஆம் ஹ்ல்ரீம் க்ரோம் ஹூம் பட் (ஸ்வாஹா)

<u>ब्रह्मास्त्रमनु</u> - ॐ ऐं ह्रीं श्रीं ॐ आं ह्ल्रीं क्रों क्लौं हुं ऐं क्लीं ह्रीं श्रीं बगलामुखे आवेशयावेशय आं ह्ल्रीम् क्रों ब्रह्मास्त्र रूपिणि एह्योहि आं ह्ल्रीं क्रौम् मम हृदये आवहावह सन्निधिं कुरु कुरु आं ह्ल्रीं क्रौम् मम हृदये सुखं चिरं तिष्ठ तिष्ठ आं ह्ल्रीं क्रों हुं फट् (स्वाहा)

20. <u>வாயவ்யாஸ்த்ரமனு</u> - ஓம் ஐம் ஹ்ரீம் ஶ்ரீம் ஆவாய வயயா வாயவ்யா வ்யாயவாயா வ்யயவாஆ । ஔவயிவ்ய யாவாயவ்யா வ்யாய வாயாவ்யர்வாஔ ஓம் ஹன ஹன ஹூம் பட் (ஸ்வாஹா)

<u>वायव्यास्त्रमनु</u> - ॐ ऐं ह्रीं श्रीं आवाय व्या वायव्या व्यायवाया व्ययवाआ । औवयिव्य यावायव्या व्याय वायाव्यर्वाऔ ॐ हन हन हुं फट् (स्वाहा)

21. பைரவ மந்திரங்கள் - भैरव मन्त्राः

    i. ஓம் ஐம் ஹ்ரீம் ஶ்ரீம் ஓம் நமோ பகவதே உக்ர பைரவாய ஸர்வ விக்னான் நாஶய நாஶய ஹூம் பட் (ஸ்வாஹா)

श्रीं ऐं ह्रीं श्रीं ओं नमो भगवते उग्र भैरवाय सर्व विघ्नान नाशय नाशय हुं फट् (स्वाहा)

ii.   ஓம் ஜம் ஹ்ரீம் ஸ்ரீம் ஓம் ஹ்ரீம் ஆம் அங்க பைரவ கோபஶமனம் குரு குரு (ஸ்வாஹா)

ओं ऐं ह्रीं श्रीं ओं ह्रीं आं अङ्गभैरव कोपशमनं कुरु कुरु (स्वाहा)

iii.   ஓம் ஜம் ஹ்ரீம் ஸ்ரீம் ஹ்ரூம் ஹ்ரீம் க்லீம் அகோர பைரவாய மோஹய (ஸ்வாஹா)

ओं ऐं ह्रीं श्रीं हूं ह्रीं क्लीं अघोर भैरवाय मोहय (स्वाहा)

iv.   ஓம் ஜம் ஹ்ரீம் ஸ்ரீம் ஓம் நமோ பகவதே மஹாபீம பைரவாய லோக பயங்கராய ஸர்வஶத்ரு ஸம்ஹாரகாய ஹூம் த்வம்ஸய த்வம்ஸய (ஸ்வாஹா)

ओं ऐं ह्रीं श्रीं ओं नमो भगवते महाभीम भैरवाय लोक भयङ्कराय सर्वशत्रु सम्हारकाय हुम् ध्वंसय ध्वंसय (स्वाहा)

v.   ஓம் ஜம் ஹ்ரீம் ஸ்ரீம் வம் ரம் ஹ்ரூம் ஓம் நமோ பகவதே விஜய பைரவாய ஸர்வஶத்ரு விநாஶனாய விபுதவாஹனாய நரருதிர மாம்ஸ பக்ஷணாய உச்சாடயோச்சாடய ஹூம் தாடய தாடய பஸ்மீகுரு பஸ்மீகுரு (ஸ்வாஹா)

ओं ऐं ह्रीं श्रीं वं रं हूं ओं नमो भगवते विजय भैरवाय सर्वशत्रु विनाशनाय विबुधवाहनाय नररुधिर मांस भक्षणाय उच्छाटय उच्छाटय हुं ताडय ताडय भस्मीकुरु भस्मीकुरु (स्वाहा)

vi.   ஓம் ஜம் ஹ்ரீம் ஸ்ரீம் ஓம் ஹ்ரீம் ஸ்ப்ரம் ரக்த பைரவாய ஶவகபால மாலா அலங்க்ருதாய நவாம்புதஶ்யாமாய ஏஹியேஹி ஶீக்ரம் ஏஹி மாம் பாஹி ஏம் ஜம் ஆகாமிகார்யம் வத வத அகிலோபாதிம் ஹரஹர ஸௌபாக்யம் தேஹி மே (ஸ்வாஹா)

ओं ऐं ह्रीं श्रीं ओं ह्रीं स्प्रं रक्त भैरवाय शवकपाल माला अलङ्कृताय नवाम्बुदश्यामाय एह्येहि शीघ्रं ऐहि माम् पाहि ऐं ऐं आगामिकार्यं वद वद अखिलोपाधिं हर हर सौभाग्यं देहि मे (स्वाहा)

vii.   ஓம் ஐம் ஹ்ரீம் ஶ்ரீம் ஓம் ஶ்ரீம் ஹ்ரீம் க்லீம் ஓம் நமோ பகவதே ஸ்வர்ணாகர்ஷண பைரவாய ப்ரணதாபீஷ்ட பரிபூர்ணாய ஏஹ்யேஹி கருணாநிதே மஹ்யம் ஹிரண்யம் தாபய தாபய ஶ்ரீம் ஹ்ரீம் க்லீம் (ஸ்வாஹ்ரா)

ॐ ऐं ह्रीं श्रीं ॐ श्रीं ह्रीं क्लीं ॐ नमो भगवते स्वर्णकर्षण भैरवाय प्रणताभीष्ट परिपूर्णाय एह्येहि करुणानिधे महं हिरण्यं दापय दापय श्रीं ह्रीं क्लीं (स्वाहा)

22. தக்ஷிணாமூர்த்தி மந்திரங்கள் - दक्षिणामूर्ति मन्ता:

i.   ஓம் ஐம் ஹ்ரீம் ஶ்ரீம் ஓம் நமோ பகவதே தக்ஷிணாமூர்தயே மஹ்யம் மேதாம் ப்ரஜ்ஞாம் ப்ரயச்ச (ஸ்வாஹ்ரா)

ॐ ऐं ह्रीं श्रीं ॐ नमो भगवते दक्षिणामूर्तये महं मेधां प्रज्ञां प्रयच्छ (स्वाहा)

ii.   ஓம் ஐம் ஹ்ரீம் ஶ்ரீம் ஓம் நமோ பகவதே தக்ஷிணாமூர்தயே மஹ்யம் ஶ்ரியம் ப்ரஜ்ஞாம் ப்ரயச்ச (ஸ்வாஹ்ரா)

ॐ ऐं ह्रीं श्रीं ॐ नमो भगवते दक्षिणामूर्तये महं श्रियं प्रज्ञां प्रयच्छ (स्वाहा)

iii.   ஓம் ஐம் ஹ்ரீம் ஶ்ரீம் ஓம் அ: நம: ஶிவாய அ: ஓம் (ஸ்வாஹ்ரா)

ॐ ऐं ह्रीं श्रीं ॐ अ: नम: शिवाय अ: ॐ (स्वाहा)

iv.   ஓம் ஐம் ஹ்ரீம் ஶ்ரீம் ஓம் ஜ்ஞாம் நம: சின்மய மூர்தயே ஜ்ஞானம் தேஹி (ஸ்வாஹ்ரா)

ॐ ऐं ह्रीं श्रीं ॐ ज्ञां नम: चिन्मय मूर्तये ज्ञानं देहि (स्वाहा)

v.   ஓம் ஐம் ஹ்ரீம் ஶ்ரீம் ஓம் ஶ்ரீம் ஸௌ: ஶ்ரீ ஸாம்பஶிவாய துப்யம் நம: (ஸ்வாஹ்ரா)

ॐ ऐं ह्रीं श्रीं ॐ श्रीं सौ: श्री साम्बशिवाय तुभ्यं नम: (स्वाहा)

vi.   ஓம் ஐம் ஹ்ரீம் ஶ்ரீம் ஓம் தக்ஷிணாமூர்தயே ஸர்வ ஸாத்ய மேதாம் ஸமுத்கர்ஷய (ஸ்வாஹ்ரா)

अ‍ौं ऐं ह्रीं श्रीं ओं दक्षिणामूर्तये सर्व साध्य मेधां समुत्कर्षय (स्वाहा)

vii. ஓம் ஐம் ஹ்ரீம் ஸ்ரீம் ஓங்கார ஸம்ஹார மூர்தயே நம: (ஸ்வாஹா)

ॐ ऐं ह्रीं श्रीं ओंकार संहार मूर्तये नम: (स्वाहा)

viii. ஓம் ஐம் ஹ்ரீம் ஸ்ரீம் ஓம் நமோ பகவதே தக்ஷிணாமூர்தயே த்ரிநேத்ராய, த்ரிகால ஜ்ஞானாய, ஸர்வ ஶத்ருக்னாய, ஸர்வாபஸ்மார விதாரணாய, தாரய தாரய, மாரய மாரய, பஸ்மீகுரு பஸ்மீகுரு, ஏஹ்யேஹி ஹூம் பட் (ஸ்வாஹா)

ॐ ऐं ह्रीं श्रीं ओं नमो भगवते दक्षिणामूर्तये त्रिनेत्राय, त्रिकालज्ञानाय, सर्वापस्मारविदारणाय, दारय दारय, मारय मारय, भस्मीकुरु भस्मीकुरु, एह्योहि हुं फट् (स्वाहा)

23. ஓம் ஐம் ஹ்ரீம் ஸ்ரீம் அகோரேப்யோऽத கோரேப்யோ கோரகோரதரேப்ய: | ஸர்வேப்ய: ஸர்வ ஶர்வேப்யோ நமஸ்தே அஸ்து ருத்ர ரூபேப்ய: | உகார ரூபாய ஸ்திதி கர்த்ரே விஷ்ணுவே நம: (ஸ்வாஹா)

ॐ ऐं ह्रीं श्रीं अघोरेभ्योऽथ घोरेभ्यो घोरघोरतरेभ्य: | सर्वेभ्य: सर्व शर्वेभ्यो नमस्ते अस्तु रुद्र रूपेभ्य: | उकार रूपाय स्थिति कर्त्रे विष्णवे नम: (स्वाहा)

24. ஓம் ஐம் ஹ்ரீம் ஸ்ரீம் ஓம் ஹ்ரீம் ஐம் க்லின்னே க்லின்ன மதத்ரவே குலே ஹ்ஸௌ: | தக்ஷிணாம்னாய ஸமய வித்யேஶ்வரீ போகினீ தேவ்யம்பாயை நம: (ஸ்வாஹா)

ॐ ऐं ह्रीं श्रीं ओं ह्रीं ऐं क्लिन्ने क्लिन्न मद्द्रवे कुले हसौ: | दक्षिणाम्नाय समय विद्येश्वरी भोगिनी देव्यम्बायै नम: (स्वाहा)

25. ஓம் ஐம் ஹ்ரீம் ஸ்ரீம் ஐம் கஏஈலஹ்ரீம் க்லீம் ஹஸகஹலஹ்ரீம் ஸௌ: ஸகலஹ்ரீம் பைரவாஷ்டக, நவஸித்தௌக, வடுகத்ரய, பதயுக ஸஹிதாயை, ஸௌபாக்ய வித்யாதி ஸமய வித்யேஶ்வரீ பர்யந்த த்ரிம்ஶத் ஸஹஸ்ர தேவதா பரிஸேவிதாயை பூர்ணகிரி

பீடஸ்த்திதாயை, தக்ஷிணாம்னாய ஸமஷ்டி ரூபிண்யை ஸ்ரீ மஹாத்ரிபுரஸுந்தர்யை நம: (ஸ்வாஹா)

ॐ ऐं ह्रीं श्रीं ऐं कऐईलह्रीं क्लीं हसकहलह्रीं सौ: सकलह्रीं भैरवाष्टक, नवसद्धिौघ, वटुकत्रय, पदयुक सहितायै सौभाग्य वद्यादि समय वद्येश्वरी पर्यन्त त्रशित् सहस्र देवता परिसेवितायै पूरणगिरि पीठस्थतियै दक्षणिाम्नाय समष्टि रूपणियै श्री महात्रपिरसुन्दर्यै नम: (स्वाहा)

*****

பஶ்சிமாம்னாயம் - पश्चमिाम्नाय:

நவயோனி ஶரீரத்தில் பஞ்ச முண்டாஸனத்தின் மீது பால சூரியனைப் போன்ற காந்தியுடனும், முண்டமாலையை அணிந்து கொண்டும், சிவப்பு ஆடைகளும், ஆபரணங்களும், அணிந்து கொண்டும், மூன்று கண்களுடன், பாஶ அங்குஶங்களையும், வர அபய முத்திரைகளையும் கரங்களில் ஏந்தி பஶ்சிமாம்னாய தேவதை வீற்றிருப்பதாகத் தியானிக்க வேண்டும்.

மேற்கு - அதர்வண வேதம் - இத்திசையில் அம்பிகையின் நான்கு முக்கிய பரிவார தேவதைகள் இருக்கின்றனர்.

<u>லோபாமுத்திரை</u> - அகஸ்திய முனிவரின் பத்னி. லோபாமுத்திரையால் உபாஸிக்கப்பட்ட வித்யை, லோபாமுத்ரா வித்யை. இதுவே ஹாதி வித்யை.

<u>புவனேஶ்வரீ</u> - தஶ மஹா வித்யைகளில் ஒருவள். புவனாந்த நாதரால் உபாஸிக்கப்பட்டவள்.

<u>அன்னபூரணி</u> - பூர்ணானந்த நாதருக்கு அன்னமாக ஆவிர்பவித்து தரிசனம் தந்தவள்

<u>காமகலா</u> - காம, காமேஶ்வரிகளின் ஸாமரஸ்ய ஆனந்தோல் லாஸமே காமகலா என்று திரிபுரா ஸித்தாந்தம் கூறுகிறது.

ஈமற்கு வாசலிலுள்ள 2000 தேவதைகளில் இந்நால்வர் மட்டுமே மிக முக்கியமானவர்கள்.

குரு மண்டலம் - गुरु मण्डलम्

1. **தூத்ய: - दूत्य:**

   i. ஓம் ஜம் ஹ்ரீம் ஸ்ரீம் அம் ஆம் ஸௌ: ஹ்ரீம் ஸ்ரீம் ஸௌ: <u>யோன்யம்பா</u> தூத்யை நம: (ஸ்வாஹா)

   ॐ ऐं ह्रीं श्रीं अं आं सौ: ह्रीं श्रीं सौ: <u>योन्यम्बा</u> दूत्यै नम: (स्वाहा)

   ii. ஓம் ஜம் ஹ்ரீம் ஸ்ரீம் அம் ஆம் ஸௌ: ஹ்ரீம் ஸ்ரீம் ஸௌ: <u>யோனி ஸித்தநாதாம்பா</u> தூத்யை நம: (ஸ்வாஹா)

   ॐ ऐं ह्रीं श्रीं अं आं सौ: ह्रीं श्रीं सौ: <u>योनिसिद्धनाथाम्बा</u> दूत्यै नम: (स्वाहा)

   iii. ஓம் ஜம் ஹ்ரீம் ஸ்ரீம் அம் ஆம் ஸௌ: ஹ்ரீம் ஸ்ரீம் ஸௌ: <u>மஹா யோன்யம்பா</u> தூத்யை நம: (ஸ்வாஹா)

   ॐ ऐं ह्रीं श्रीं अं आं सौ: ह्रीं श्रीं सौ: <u>महायोन्यम्बा</u> दूत्यै नम: (स्वाहा)

   iv. ஓம் ஜம் ஹ்ரீம் ஸ்ரீம் அம் ஆம் ஸௌ: ஹ்ரீம் ஸ்ரீம் ஸௌ: <u>மஹா யோனி ஸித்த நாதாம்பா</u> தூத்யை நம: (ஸ்வாஹா)

   ॐ ऐं ह्रीं श्रीं अं आं सौ: ह्रीं श्रीं सौ: <u>महायोनि सिद्धनाथाम्बा</u> दूत्यै नम: (स्वाहा)

   v. ஓம் ஜம் ஹ்ரீம் ஸ்ரீம் அம் ஆம் ஸௌ: ஹ்ரீம் ஸ்ரீம் ஸௌ: <u>திவ்ய யோன்யம்பா</u> தூத்யை நம: (ஸ்வாஹா)

   ॐ ऐं ह्रीं श्रीं अं आं सौ: ह्रीं श्रीं सौ: <u>दिव्ययोन्यम्बा</u> दूत्यै नम: (स्वाहा)

   vi. ஓம் ஜம் ஹ்ரீம் ஸ்ரீம் அம் ஆம் ஸௌ: ஹ்ரீம் ஸ்ரீம் ஸௌ: <u>திவ்ய யோனி ஸித்த நாதாம்பா</u> தூத்யை நம: (ஸ்வாஹா)

   ॐ ऐं ह्रीं श्रीं अं आं सौ: ह्रीं श्रीं सौ: <u>दिव्ययोनि सिद्धनाथाम्बा</u> दूत्यै नम: (स्वाहा)

vii.   ஓம் ஜம் ஹ்ரீம் ஸ்ரீம் அம் ஆம் ஸௌ: ஹ்ரீம் ஸ்ரீம் ஸௌ: ஶங்க யோன்யம்பா தூத்யை நம: (ஸ்வாஹா)

ॐ ऐं ह्रीं श्रीं अं आं सौ: ह्रीं श्रीं सौ: शङ्क योन्यम्बा दूत्यै नम: (स्वाहा)

viii.   ஓம் ஜம் ஹ்ரீம் ஸ்ரீம் அம் ஆம் ஸௌ: ஹ்ரீம் ஸ்ரீம் ஸௌ: ஶங்க யோனி ஸித்த நாதாம்பா தூத்யை நம: (ஸ்வாஹா)

ॐ ऐं ह्रीं श्रीं अं आं सौ: ह्रीं श्रीं सौ: शङ्कयोनि सिद्धनाथाम्बा दूत्यै नम: (स्वाहा)

ix.   ஓம் ஜம் ஹ்ரீம் ஸ்ரீம் அம் ஆம் ஸௌ: ஹ்ரீம் ஸ்ரீம் ஸௌ: பத்ம யோன்யம்பா தூத்யை நம: (ஸ்வாஹா)

ॐ ऐं ह्रीं श्रीं अं आं सौ: ह्रीं श्रीं सौ: पद्म योन्यम्बा दूत्यै नम: (स्वाहा)

x.   ஓம் ஜம் ஹ்ரீம் ஸ்ரீம் அம் ஆம் ஸௌ: ஹ்ரீம் ஸ்ரீம் ஸௌ: பத்ம யோனி ஸித்த நாதாம்பா தூத்யை நம: (ஸ்வாஹா)

ॐ ऐं ह्रीं श्रीं अं आं सौ: ह्रीं श्रीं सौ: पद्मयोनि सिद्धनाथाम्बा दूत्यै नम: (स्वाहा)

2.   மண்டலத்ரயம் - मण्डलत्रयम्

i.   ஓம் ஜம் ஹ்ரீம் ஸ்ரீம் ஹ்ரீம் ஸ்ரீம் ஜம் ஹ்ரீம் ஸ்ரீம் க்லீம் ஹ்ரீம் ஸ்ரீம் ஸௌ: வஹ்னி மண்டலாய நம: (ஸ்வாஹா)

ॐ ऐं ह्रीं श्रीं ह्रीं श्रीं ऐं ह्रीं श्रीं क्लीं ह्रीं श्रीं सौ: वह्नि मण्डलायै नम: (स्वाहा)

ii.   ஓம் ஜம் ஹ்ரீம் ஸ்ரீம் ஹ்ரீம் ஸ்ரீம் ஜம் ஹ்ரீம் ஸ்ரீம் க்லீம் ஹ்ரீம் ஸ்ரீம் ஸௌ: ஸூர்ய மண்டலாய நம: (ஸ்வாஹா)

ॐ ऐं ह्रीं श्रीं ह्रीं श्रीं ऐं ह्रीं श्रीं क्लीं ह्रीं श्रीं सौ: सूर्य मण्डलायै नम: (स्वाहा)

iii.   ஓம் ஜம் ஹ்ரீம் ஸ்ரீம் ஹ்ரீம் ஸ்ரீம் ஜம் ஹ்ரீம் ஸ்ரீம் க்லீம் ஹ்ரீம் ஸ்ரீம் ஸௌ: ஸோம மண்டலாய நம: (ஸ்வாஹா)

ॐ ऐं ह्रीं श्रीं ह्रीं श्रीं ऐं ह्रीं श्रीं क्लीं ह्रीं श्रीं सौ: सोम मण्डलायै नम:
(स्वाहा)

3. வீரவ்யஷ்டகம் - वीरव्यष्टकम्

    i.   ஓம் ஜம் ஹ்ரீம் ஸ்ரீம் ஹ்ரீம் ஸ்ரீம் பட் பாம்
ப்ரேம் <u>ஸ்ருஷ்டி</u> வீரபைரவாய நம: (ஸ்வாஹா)

ॐ ऐं ह्रीं श्रीं ह्रीं श्रीं फट् फां फ्रें <u>सृष्टि</u> वीरभैरवाय नम: (स्वाहा)

    ii.   ஓம் ஜம் ஹ்ரீம் ஸ்ரீம் ஹ்ரீம் ஸ்ரீம் பட் பாம்
ப்ரேம் <u>ஸ்திதி</u> வீரபைரவாய நம: (ஸ்வாஹா)

ॐ ऐं ह्रीं श्रीं ह्रीं श्रीं फट् फां फ्रें <u>स्थिति</u> वीरभैरवाय नम: (स्वाहा)

    iii.   ஓம் ஜம் ஹ்ரீம் ஸ்ரீம் ஹ்ரீம் ஸ்ரீம் பட் பாம்
ப்ரேம் <u>ஸம்ஹார</u> வீரபைரவாய நம: (ஸ்வாஹா)

ॐ ऐं ह्रीं श्रीं ह्रीं श्रीं फट् फां फ्रें <u>सम्हार</u> वीरभैरवाय नम: (स्वाहा)

    iv.   ஓம் ஜம் ஹ்ரீம் ஸ்ரீம் ஹ்ரீம் ஸ்ரீம் பட் பாம்
ப்ரேம் <u>ரக்த</u> வீரபைரவாய நம: (ஸ்வாஹா)

ॐ ऐं ह्रीं श्रीं ह्रीं श्रीं फट् फां फ्रें <u>रक्त</u> वीरभैरवाय नम: (स्वाहा)

    v.   ஓம் ஜம் ஹ்ரீம் ஸ்ரீம் ஹ்ரீம் ஸ்ரீம் பட் பாம்
ப்ரேம் <u>யம</u> வீரபைரவாய நம: (ஸ்வாஹா)

ॐ ऐं ह्रीं श्रीं ह्रीं श्रीं फट् फां फ्रें <u>यम</u> वीरभैरवाय नम: (स्वाहा)

    vi.   ஓம் ஜம் ஹ்ரீம் ஸ்ரீம் ஹ்ரீம் ஸ்ரீம் பட் பாம்
ப்ரேம் <u>ம்ருத்யு</u> வீரபைரவாய நம: (ஸ்வாஹா)

ॐ ऐं ह्रीं श्रीं ह्रीं श्रीं फट् फां फ्रें <u>मृत्यु</u> वीरभैरवाय नम: (स्वाहा)

    vii.   ஓம் ஜம் ஹ்ரீம் ஸ்ரீம் ஹ்ரீம் ஸ்ரீம் பட் பாம்
ப்ரேம் <u>பத்ர</u> வீரபைரவாய நம: (ஸ்வாஹா)

ॐ ऐं ह्रीं श्रीं ह्रीं श्रीं फट् फां फ्रें <u>भद्र</u> वीरभैरवाय नम: (स्वाहा)

    viii.   ஓம் ஜம் ஹ்ரீம் ஸ்ரீம் ஹ்ரீம் ஸ்ரீம் பட் பாம்
ப்ரேம் <u>பரமார்க்க</u> வீரபைரவாய நம: (ஸ்வாஹா)

ॐ ऐं ह्रीं श्रीं ह्रीं श्रीं फट् फां फ्रें <u>परमार्क</u> वीरभैरवाय नम: (स्वाहा)

    ix.   ஓம் ஜம் ஹ்ரீம் ஸ்ரீம் ஹ்ரீம் ஸ்ரீம் பட் பாம் ப்ரேம்
<u>மார்த்தாண்ட</u> வீரபைரவாய நம: (ஸ்வாஹா)

**ॐ ऐं ह्रीं श्रीं ह्रीं श्रीं फट् फां फ्रें <u>मार्तण्ड</u> वीरभैरवाय नम:
(स्वाहा)**

x.　ஓம் ஜம் ஹ்ரீம் ஸ்ரீம் ஹ்ரீம் ஸ்ரீம் பட் பாம் ப்ரேம்
காலாக்னி ருத்ர பைரவாய நம: (ஸ்வாஹா)

ॐ ऐं ह्रीं श्रीं ह्रीं श्रीं फट् फां फ्रें कालाग्नि वीरभैरवाय नमः (स्वाहा)

4.　அறுபத்தினான்கு ஸித்தர்கள் - चतुःषष्टसिद्धा:

ஓம் ஜம் ஹ்ரீம் ஸ்ரீம் ஜம் ஸ்ரீம் ஹ்ரீம் க்லீம் ஸ்ரீம்
ஹ்ரீம் ஸௌ: ஸ்ரீம் ஹ்ரீம் மங்களா நாதாய நம:
(ஸ்வாஹா)

ॐ ऐं हरीं शरीं ऐं शरीं हरीं कलीं शरीं हरीं सौः शरीं हरीं मङ्गला नाथाय (स्वाह)

ஹ்ரீம் ஸ்ரீம் ஜம் ஸ்ரீம் ஹ்ரீம் க்லீம் ஸ்ரீம்
ஹ்ரீம் ஸௌ: ஸ்ரீம் ஹ்ரீம் செளண்டிகா நாதாய நம:
(ஸ்வாஹா)

ॐ ऐं हरीं शरीं ऐं शरीं हरीं कलीं शरीं हरीं सौः शरीं हरीं चौण्डकिा नाथाय (सुवाह)

ஜம் ஹ்ரீம் ஸ்ரீம் ஜம் ஸ்ரீம் ஹ்ரீம் க்லீம் ஸ்ரீம்
ஹ்ரீம் ஸௌ: ஸ்ரீம் ஹ்ரீம் ஜ்யேஷ்டா நாதாய நம:
(ஸ்வாஹா)

ॐ ऐं हरीं शरीं ऐं शरीं हरीं कलीं शरीं हरीं सौः शरीं हरीं जयेषठा नाथाय (सुवाह)

ஜம்[3] ஹ்ரீம் ஸ்ரீம் ஜம் ஸ்ரீம் ஹ்ரீம் க்லீம் ஸ்ரீம்
ஹ்ரீம் ஸௌ: ஸ்ரீம் ஹ்ரீம் கந்துகி நாதாய நம:
(ஸ்வாஹா)

ॐ ऐं हरीं शरीं ऐं शरीं हरीं कलीं शरीं हरीं सौः शरीं हरीं कनतुकि नाथाय (सुवाह)

ஹ்ரீம் ஸ்ரீம் ஜம் ஸ்ரீம் ஹ்ரீம் க்லீம் ஸ்ரீம்
ஹ்ரீம் ஸௌ: ஸ்ரீம் ஹ்ரீம் படஹா நாதாய நம:
(ஸ்வாஹா)

ॐ ऐं हरीं शरीं ऐं शरीं हरीं कलीं शरीं हरीं सौः शरीं हरीं पटहा नाथाय (सुवाह)

ஜம் ஹ்ரீம் ஸ்ரீம் ஜம் ஸ்ரீம் ஹ்ரீம் க்லீம் ஸ்ரீம்
ஹ்ரீம் ஸௌ: ஸ்ரீம் ஹ்ரீம் கூர்மா நாதாய நம:
(ஸ்வாஹா)

ॐ ऐं हरीं शरीं ऐं शरीं हरीं कलीं शरीं हरीं सौः शरीं हरीं कूरमा नाथाय (सुवाह)

ஜம் ஹ்ரீம் ஸ்ரீம் ஜம் ஸ்ரீம் ஹ்ரீம் க்லீம் ஸ்ரீம்
ஹ்ரீம் ஸௌ: ஸ்ரீம் ஹ்ரீம் தநதா நாதாய நம:
(ஸ்வாஹா)

ॐ ऐं हरीं शरीं ऐं शरीं हरीं कलीं शरीं हरीं सौः शरीं हरीं धनदा नाथाय (स्वाह)

ஓம் ஐம் ஹ்ரீம் ஸ்ரீம் ஐம் ஸ்ரீம் ஹ்ரீம் க்லீம் ஸ்ரீம் ஹ்ரீம் ஸௌ: ஸ்ரீம் ஹ்ரீம் **கந்தா** நாதாய நம: (ஸ்வாஹா)

ॐ ऐं ह्रीं श्रीं ऐं श्रीं ह्रीं क्लीं श्रीं ह्रीं सौ: श्रीं ह्रीं <u>गन्धा</u> नाथाय (स्वाहा)

ஐம் ஹ்ரீம் ஸ்ரீம் ஐம் ஸ்ரீம் ஹ்ரீம் க்லீம் ஸ்ரீம் ஹ்ரீம் ஸௌ: ஸ்ரீம் ஹ்ரீம் **ககனா** நாதாய நம: (ஸ்வாஹா)

ॐ ऐं ह्रीं श्रीं ऐं श्रीं ह्रीं क्लीं श्रीं ह्रीं सौ: श्रीं ह्रीं <u>गगना</u> नाथाय (स्वाहा)

ஐம் ஹ்ரீம் ஸ்ரீம் ஐம் ஸ்ரீம் ஹ்ரீம் க்லீம் ஸ்ரீம் ஹ்ரீம் ஸௌ: ஸ்ரீம் ஹ்ரீம் **மதங்கா** நாதாய நம: (ஸ்வாஹா)

ॐ ऐं ह्रीं श्रीं ऐं श्रीं ह्रीं क्लीं श्रीं ह्रीं सौ: श्रीं ह्रीं <u>मतङ्गा</u> नाथाय (स्वाहा)

ஐம் ஹ்ரீம் ஸ்ரீம் ஐம் ஸ்ரீம் ஹ்ரீம் க்லீம் ஸ்ரீம் ஹ்ரீம் ஸௌ: ஸ்ரீம் ஹ்ரீம் **சம்பகா** நாதாய நம: (ஸ்வாஹா)

ॐ ऐं ह्रीं श्रीं ऐं श्रीं ह्रीं क्लीं श्रीं ह्रीं सौ: श्रीं ह्रीं <u>चम्पका</u> नाथाय (स्वाहा)

ஐம் ஹ்ரீம் ஸ்ரீம் ஐம் ஸ்ரீம் ஹ்ரீம் க்லீம் ஸ்ரீம் ஹ்ரீம் ஸௌ: ஸ்ரீம் ஹ்ரீம் **கைவர்தா** நாதாய நம: (ஸ்வாஹா)

ॐ ऐं ह्रीं श्रीं ऐं श्रीं ह्रीं क्लीं श्रीं ह्रीं सौ: श्रीं ह्रीं <u>कैवर्ता</u> नाथाय (स्वाहा)

ஐம் ஹ்ரீம் ஸ்ரீம் ஐம் ஸ்ரீம் ஹ்ரீம் க்லீம் ஸ்ரீம் ஹ்ரீம் ஸௌ: ஸ்ரீம் ஹ்ரீம் **மாதங்ககமனா** நாதாய நம:(ஸ்வாஹா)

ॐ ऐं ह्रीं श्रीं ऐं श्रीं ह्रीं क्लीं श्रीं ह्रीं सौ: श्रीं ह्रीं <u>मातङ्गगमना</u> नाथाय (स्वाहा)

ஹ்ரீம் ஸ்ரீம் ஐம் ஸ்ரீம் ஹ்ரீம் க்லீம் ஸ்ரீம் ஹ்ரீம் ஸௌ: ஸ்ரீம் ஹ்ரீம் **ஸூர்யபக்ஷா** நாதாய நம: (ஸ்வாஹா)

ॐ ऐं ह्रीं श्रीं ऐं श्रीं ह्रीं क्लीं श्रीं ह्रीं सौ: श्रीं ह्रीं <u>सूरयभक्षा</u> नाथाय (स्वाहा)

ஹ்ரீம் ஸ்ரீம் ஐம் ஸ்ரீம் ஹ்ரீம் க்லீம் ஸ்ரீம் ஹ்ரீம் ஸௌ: ஸ்ரீம் ஹ்ரீம் **நபோபக்ஷா** நாதாய நம: (ஸ்வாஹா)

ॐ ऐं ह्रीं श्रीं ऐं श्रीं ह्रीं क्लीं श्रीं ह्रीं सौ: श्रीं ह्रीं <u>नभोभक्षा</u> नाथाय (स्वाहा)

ஓம் ஜம் ஹ்ரீம் ஸ்ரீம் ஜம் ஸ்ரீம் ஹ்ரீம் க்லீம் ஸ்ரீம் ஹ்ரீம் ஸௌ: ஸ்ரீம் ஹ்ரீம் ஸ்த்ரௌதிகா நாதாய நம: (ஸ்வாஹா)

ॐ ऐं ह्रीं श्रीं ऐं श्रीं ह्रीं क्लीं श्रीं ह्रीं सौः श्रीं ह्रीं सतरौतिका नाथाय (स्वाहा)

ஹ்ரீம் ஸ்ரீம் ஜம் ஸ்ரீம் ஹ்ரீம் க்லீம் ஸ்ரீம் ஹ்ரீம் ஸௌ: ஸ்ரீம் ஹ்ரீம் ரூபிகா நாதாய நம: (ஸ்வாஹா)

ॐ ऐं ह्रीं श्रीं ऐं श्रीं ह्रीं क्लीं श्रीं ह्रीं सौः श्रीं ह्रीं रूपिका नाथाय (स्वाहा)

ஜம் ஹ்ரீம் ஸ்ரீம் ஜம் ஸ்ரீம் ஹ்ரீம் க்லீம் ஸ்ரீம் ஹ்ரீம் ஸௌ: ஸ்ரீம் ஹ்ரீம் தம்ஷ்ட்ரா நாதாய நம: (ஸ்வாஹா)

ॐ ऐं ह्रीं श्रीं ऐं श्रीं ह्रीं क्लीं श्रीं ह्रीं सौः श्रीं ह्रीं दमष्टरा नाथाय (स्वाहा)

ஹ்ரீம் ஸ்ரீம் ஜம் ஸ்ரீம் ஹ்ரீம் க்லீம் ஸ்ரீம் ஹ்ரீம் ஸௌ: ஸ்ரீம் ஹ்ரீம் தூம்ராக்ஷா நாதாய நம: (ஸ்வாஹா)

ॐ ऐं ह्रीं श्रीं ऐं श्रीं ह्रीं क्लीं श्रीं ह्रीं सौः श्रीं ह्रीं धूमराक्षा नाथाय (स्वाहा)

19 ஹ்ரீம் ஸ்ரீம் ஜம் ஸ்ரீம் ஹ்ரீம் க்லீம் ஸ்ரீம் ஹ்ரீம் ஸௌ: ஸ்ரீம் ஹ்ரீம் ஜ்வாலா நாதாய நம: (ஸ்வாஹா)

ॐ ऐं ह्रीं श्रीं ऐं श्रीं ह्रीं क्लीं श्रीं ह्रीं सौः श्रीं ह्रीं जवाला नाथाय (स्वाहा)

20 ஜம் ஹ்ரீம் ஸ்ரீம் ஜம் ஸ்ரீம் ஹ்ரீம் க்லீம் ஸ்ரீம் ஹ்ரீம் ஸௌ: ஸ்ரீம் ஹ்ரீம் காந்தாரா நாதாய நம: (ஸ்வாஹா)

ॐ ऐं ह्रीं श्रीं ऐं श्रीं ह्रीं क्लीं श्रीं ह्रीं सौः श्रीं ह्रीं गानधारा नाथाय (स्वाहा)

ஹ்ரீம் ஸ்ரீம் ஜம் ஸ்ரீம் ஹ்ரீம் க்லீம் ஸ்ரீம் ஹ்ரீம் ஸௌ: ஸ்ரீம் ஹ்ரீம் ககனேஸ்வரா நாதாய நம: (ஸ்வாஹா)

ॐ ऐं ह्रीं श्रीं ऐं श्रीं ह्रीं क्लीं श्रीं ह्रीं सौः श्रीं ह्रीं गगनेश्वरा नाथाय (स्वाहा)

ஜம் ஹ்ரீம் ஸ்ரீம் ஜம் ஸ்ரீம் ஹ்ரீம் க்லீம் ஸ்ரீம் ஹ்ரீம் ஸௌ: ஸ்ரீம் ஹ்ரீம் மாயா நாதாய நம: (ஸ்வாஹா)

ॐ ऐं ह्रीं श्रीं ऐं श्रीं ह्रीं क्लीं श्रीं ह्रीं सौः श्रीं ह्रीं माया नाथाय (स्वाहा)

101 ஓம் ஐம் ஹ்ரீம் ஸ்ரீம் ஐம் ஸ்ரீம் ஹ்ரீம் க்லீம் ஸ்ரீம் ஹ்ரீம் ஸௌ: ஸ்ரீம் ஹ்ரீம் மஹாமாயா நாதாய நம: (ஸ்வாஹா)

ॐ ऐं ह्रीं श्रीं ऐं श्रीं ह्रीं क्लीं श्रीं ह्रीं सौ: श्रीं ह्रीं महामाया नाथाय (स्वाहा)

ஓம் ஐம் ஹ்ரீம் ஸ்ரீம் ஐம் ஸ்ரீம் ஹ்ரீம் க்லீம் ஸ்ரீம் ஹ்ரீம் ஸௌ: ஸ்ரீம் ஹ்ரீம் நித்யா நாதாய நம: (ஸ்வாஹா)

ॐ ऐं ह्रीं श्रीं ऐं श्रीं ह्रीं क्लीं श्रीं ह्रीं सौ: श्रीं ह्रीं नतिया नाथाय (स्वाहा)

ஐம் ஹ்ரீம் ஸ்ரீம் ஐம் ஸ்ரீம் ஹ்ரீம் க்லீம் ஸ்ரீம் ஹ்ரீம் ஸௌ: ஸ்ரீம் ஹ்ரீம் ஸாந்தா நாதாய நம: (ஸ்வாஹா)

ॐ ऐं ह्रीं श्रीं ऐं श्रीं ह्रीं क्लीं श्रीं ह्रीं सौ: श्रीं ह्रीं शान्ता नाथाय (स्वाहा)

ஐம் ஹ்ரீம் ஸ்ரீம் ஐம் ஸ்ரீம் ஹ்ரீம் க்லீம் ஸ்ரீம் ஹ்ரீம் ஸௌ: ஸ்ரீம் ஹ்ரீம் விஶ்வா நாதாய நம: (ஸ்வாஹா)

ॐ ऐं ह्रीं श्रीं ऐं श्रीं ह्रीं क्लीं श्रीं ह्रीं सौ: श्रीं ह्रीं वशिवा नाथाय (स्वाहा)

ஐம்[27] ஹ்ரீம் ஸ்ரீம் ஐம் ஸ்ரீம் ஹ்ரீம் க்லீம் ஸ்ரீம் ஹ்ரீம் ஸௌ: ஸ்ரீம் ஹ்ரீம் காமா நாதாய நம: (ஸ்வாஹா)

ॐ ऐं ह्रीं श्रीं ऐं श्रीं ह्रीं क्लीं श्रीं ह्रीं सौ: श्रीं ह्रीं कामा नाथाय (स्वाहा)

ஐம்[28] ஹ்ரீம் ஸ்ரீம் ஐம் ஸ்ரீம் ஹ்ரீம் க்லீம் ஸ்ரீம் ஹ்ரீம் ஸௌ: ஸ்ரீம் ஹ்ரீம் உமா நாதாய நம: (ஸ்வாஹா)

ॐ ऐं ह्रीं श्रीं ऐं श्रीं ह्रीं क्लीं श्रीं ह्रीं सौ: श्रीं ह्रीं उमा नाथाय (स्वाहा)

ஐம் ஹ்ரீம் ஸ்ரீம் ஐம் ஸ்ரீம் ஹ்ரீம் க்லீம் ஸ்ரீம் ஹ்ரீம் ஸௌ: ஸ்ரீம் ஹ்ரீம் ஸ்ரீரியா நாதாய நம: (ஸ்வாஹா)

ॐ ऐं ह्रीं श्रीं ऐं श्रीं ह्रीं क्लीं श्रीं ह्रीं सौ: श्रीं ह्रीं शरीया नाथाय (स्वाहा)

ஐம் ஹ்ரீம் ஸ்ரீம் ஐம் ஸ்ரீம் ஹ்ரீம் க்லீம் ஸ்ரீம் ஹ்ரீம் ஸௌ: ஸ்ரீம் ஹ்ரீம் ஸுபகா நாதாய நம: (ஸ்வாஹா)

ॐ ऐं ह्रीं श्रीं ऐं श्रीं ह्रीं क्लीं श्रीं ह्रीं सौ: श्रीं ह्रीं सुभगा नाथाय (स्वाहा)

ஓம் ஜம் ஹ்ரீம் ஸ்ரீம் ஜம் ஸ்ரீம் ஹ்ரீம் க்லீம் ஸ்ரீம் ஹ்ரீம் ஸௌ: ஸ்ரீம் ஹ்ரீம் <u>வித்யா</u> நாதாய நம: (ஸ்வாஹா)

ॐ ऐं ह्रीं श्रीं ऐं श्रीं ह्रीं क्लीं श्रीं ह्रीं सौः श्रीं ह्रीं <u>वदिया</u> नाथाय स्वाहा

ஓம் ஜம் ஹ்ரீம் ஸ்ரீம் ஜம் ஸ்ரீம் ஹ்ரீம் க்லீம் ஸ்ரீம் ஹ்ரீம் ஸௌ: ஸ்ரீம் ஹ்ரீம் <u>மஹாவித்யா</u> நாதாய நம: (ஸ்வாஹா)

ॐ ऐं ह्रीं श्रीं ऐं श्रीं ह्रीं क्लीं श्रीं ह्रीं सौः श्रीं ह्रीं <u>महावदिया</u> नाथाय स्वाहा

ஓம் ஜம் ஹ்ரீம் ஸ்ரீம் ஜம் ஸ்ரீம் ஹ்ரீம் க்லீம் ஸ்ரீம் ஹ்ரீம் ஸௌ: ஸ்ரீம் ஹ்ரீம் <u>அம்ருத</u> நாதாய நம: (ஸ்வாஹா)

ॐ ऐं ह्रीं श्रीं ऐं श्रीं ह्रीं क्लीं श्रीं ह्रीं सौः श्रीं ह्रीं <u>अमृत</u> नाथाय स्वाहा

ஓம் ஜம் ஹ்ரீம் ஸ்ரீம் ஜம் ஸ்ரீம் ஹ்ரீம் க்லீம் ஸ்ரீம் ஹ்ரீம் ஸௌ: ஸ்ரீம் ஹ்ரீம் <u>சந்த்ரா</u> நாதாய நம: (ஸ்வாஹா)

ॐ ऐं ह्रीं श्रीं ऐं श्रीं ह्रीं क्लीं श्रीं ह्रीं सौः श्रीं ह्रीं <u>चन्द्र</u> नाथाय स्वाहा

ஓம் ஜம்[35] ஹ்ரீம் ஸ்ரீம் ஜம் ஸ்ரீம் ஹ்ரீம் க்லீம் ஸ்ரீம் ஹ்ரீம் ஸௌ: ஸ்ரீம் ஹ்ரீம் <u>அந்தரிக்ஷ</u> நாதாய நம: (ஸ்வாஹா)

ॐ ऐं ह्रीं श्रीं ऐं श्रीं ह्रीं क्लीं श्रीं ह्रीं सौः श्रीं ह्रीं <u>अंतरकिष</u> नाथाय स्वाहा

ஓம் ஜம்[36] ஹ்ரீம் ஸ்ரீம் ஜம் ஸ்ரீம் ஹ்ரீம் க்லீம் ஸ்ரீம் ஹ்ரீம் ஸௌ: ஸ்ரீம் ஹ்ரீம் <u>ஸித்த</u> நாதாய நம: (ஸ்வாஹா)

ॐ ऐं ह्रीं श्रीं ऐं श्रीं ह्रीं क्लीं श्रीं ह्रीं सौः श्रीं ह्रीं <u>सदिध</u> नाथाय स्वाहा

ஓம் ஜம் ஹ்ரீம் ஸ்ரீம் ஜம் ஸ்ரீம் ஹ்ரீம் க்லீம் ஸ்ரீம் ஹ்ரீம் ஸௌ: ஸ்ரீம் ஹ்ரீம் <u>ஶ்ரத்தா</u> நாதாய நம: (ஸ்வாஹா)

ॐ ऐं ह्रीं श्रीं ऐं श्रीं ह्रीं क्लीं श्रीं ह्रीं सौः श्रीं ह्रीं <u>शरदधा</u> नाथाय स्वाहा

ஓம் ஜம் ஹ்ரீம் ஸ்ரீம் ஜம் ஸ்ரீம் ஹ்ரீம் க்லீம் ஸ்ரீம் ஹ்ரீம் ஸௌ: ஸ்ரீம் ஹ்ரீம் <u>அனந்தா</u> நாதாய நம: (ஸ்வாஹா)

ॐ ऐं ह्रीं श्रीं ऐं श्रीं ह्रीं क्लीं श्रीं ह्रीं सौः श्रीं ह्रीं <u>अनन्ता</u> नाथाय (स्वाह)

103 ஓம் ஐம் ஹ்ரீம் ஸ்ரீம் ஐம் ஸ்ரீம் ஹ்ரீம் க்லீம் ஸ்ரீம் ஹ்ரீம் ஸௌ: ஸ்ரீம் ஹ்ரீம் ஶம்பரா நாதாய நம: (ஸ்வாஹா)

ॐ ऐं ह्रीं श्रीं ऐं श्रीं ह्रीं क्लीं श्रीं ह्रीं सौ: श्रीं ह्रीं शाम्भरा नाथाय (स्वाहा)

ஓம் ஐம் ஹ்ரீம் ஸ்ரீம் ஐம் ஸ்ரீம் ஹ்ரீம் க்லீம் ஸ்ரீம் ஹ்ரீம் ஸௌ: ஸ்ரீம் ஹ்ரீம் உல்கா நாதாய நம: (ஸ்வாஹா)

ॐ ऐं ह्रीं श्रीं ऐं श्रीं ह्रीं क्लीं श्रीं ह्रीं सौ: श्रीं ह्रीं उल्का नाथाय (स्वाहा)

ஓம் ஐம் ஹ்ரீம் ஸ்ரீம் ஐம் ஸ்ரீம் ஹ்ரீம் க்லீம் ஸ்ரீம் ஹ்ரீம் ஸௌ: ஸ்ரீம் ஹ்ரீம் த்ரைலோக்ய நாதாய நம:(ஸ்வாஹா)

ॐ ऐं ह्रीं श्रीं ऐं श्रीं ह्रीं क्लीं श्रीं ह्रीं सौ: श्रीं ह्रीं त्रैलोक्य नाथाय (स्वाहा)

ஓம் ஐம் ஹ்ரீம் ஸ்ரீம் ஐம் ஸ்ரீம் ஹ்ரீம் க்லீம் ஸ்ரீம் ஹ்ரீம் ஸௌ: ஸ்ரீம் ஹ்ரீம் பீமா நாதாய நம: (ஸ்வாஹா)

ॐ ऐं ह्रीं श्रीं ऐं श्रीं ह्रीं क्लीं श्रीं ह्रीं सौ: श्रीं ह्रीं भीमा नाथाय (स्वाहा)

ஓம் ஐம்[43] ஹ்ரீம் ஸ்ரீம் ஐம் ஸ்ரீம் ஹ்ரீம் க்லீம் ஸ்ரீம் ஹ்ரீம் ஸௌ: ஸ்ரீம் ஹ்ரீம் ராக்ஷஸீ நாதாய நம: (ஸ்வாஹா)

ॐ ऐं ह्रीं श्रीं ऐं श्रीं ह्रीं क्लीं श्रीं ह्रीं सौ: श्रीं ह्रीं राक्षसी नाथाय (स्वाहा)

ஓம் ஐம்[44] ஹ்ரீம் ஸ்ரீம் ஐம் ஸ்ரீம் ஹ்ரீம் க்லீம் ஸ்ரீம் ஹ்ரீம் ஸௌ: ஸ்ரீம் ஹ்ரீம் மலினா நாதாய நம: (ஸ்வாஹா)

ॐ ऐं ह्रीं श्रीं ऐं श्रीं ह्रीं क्लीं श्रीं ह्रीं सौ: श्रीं ह्रीं मलिना नाथाय (स्वाहा)

ஓம் ஐம் ஹ்ரீம் ஸ்ரீம் ஐம் ஸ்ரீம் ஹ்ரீம் க்லீம் ஸ்ரீம் ஹ்ரீம் ஸௌ: ஸ்ரீம் ஹ்ரீம் ப்ரசண்டா நாதாய நம: (ஸ்வாஹா)

ॐ ऐं ह्रीं श्रीं ऐं श्रीं ह्रीं क्लीं श्रीं ह्रीं सौ: श्रीं ह्रीं परचण्डा नाथाय (स्वाहा)

ஓம் ஐம் ஹ்ரீம் ஸ்ரீம் ஐம் ஸ்ரீம் ஹ்ரீம் க்லீம் ஸ்ரீம் ஹ்ரீம் ஸௌ: ஸ்ரீம் ஹ்ரீம் அநங்கா நாதாய நம: (ஸ்வாஹா)

ॐ ऐं ह्रीं श्रीं ऐं श्रीं ह्रीं क्लीं श्रीं ह्रीं सौ: श्रीं ह्रीं अनङ्गा नाथाय (स्वाहा)

ஓம் ஜம் ஹ்ரீம் ஸ்ரீம் ஜம் ஸ்ரீம் ஹ்ரீம் க்லீம் ஸ்ரீம் ஹ்ரீம் ஸௌ: ஸ்ரீம் ஹ்ரீம் த்ரிவிதா நாதாய நம: (ஸ்வாஹா)

ॐ ऐं ह्रीं श्रीं ऐं श्रीं ह्रीं क्लीं श्रीं ह्रीं सौ: श्रीं ह्रीं तरविधि नाथाय (स्वाहा)

ஓம் ஜம் ஹ்ரீம் ஸ்ரீம் ஜம் ஸ்ரீம் ஹ்ரீம் க்லீம் ஸ்ரீம் ஹ்ரீம் ஸௌ: ஸ்ரீம் ஹ்ரீம் அனபிஹிதா நாதாய நம: (ஸ்வாஹா)

ॐ ऐं ह्रीं श्रीं ऐं श्रीं ह्रीं क्लीं श्रीं ह्रीं सौ: श्रीं ह्रीं अनभहिति नाथाय (स्वाहा)

ஓம் ஜம் ஹ்ரீம் ஸ்ரீம் ஜம் ஸ்ரீம் ஹ்ரீம் க்லீம் ஸ்ரீம் ஹ்ரீம் ஸௌ: ஸ்ரீம் ஹ்ரீம் நந்தி நாதாய நம: (ஸ்வாஹா)

ॐ ऐं ह्रीं श्रीं ऐं श्रीं ह्रीं क्लीं श्रीं ह्रीं सौ: श्रीं ह्रीं ननदि नाथाय (स्वाहा)

ஓம் ஜம் ஹ்ரீம் ஸ்ரீம் ஜம் ஸ்ரீம் ஹ்ரீம் க்லீம் ஸ்ரீம் ஹ்ரீம் ஸௌ: ஸ்ரீம் ஹ்ரீம் மஹாமமனா நாதாய நம: (ஸ்வாஹா)

ॐ ऐं ह्रीं श्रीं ऐं श्रीं ह्रीं क्लीं श्रीं ह्रीं सौ: श्रीं ह्रीं महामनानाथाय (स्वाहा)

ஓம் ஜம் ஹ்ரீம் ஸ்ரீம் ஜம் ஸ்ரீம் ஹ்ரீம் க்லீம் ஸ்ரீம் ஹ்ரீம் ஸௌ: ஸ்ரீம் ஹ்ரீம் ஸுந்தரா நாதாய நம: (ஸ்வாஹா)

ॐ ऐं ह्रीं श्रीं ऐं श्रीं ह्रीं क्लीं श्रीं ह्रीं सौ: श्रीं ह्रीं सुनदरा नाथाय (स्वाहा)

ஓம் ஜம் ஹ்ரீம் ஸ்ரீம் ஜம் ஸ்ரீம் ஹ்ரீம் க்லீம் ஸ்ரீம் ஹ்ரீம் ஸௌ: ஸ்ரீம் ஹ்ரீம் விஸ்வேஸ்வரா நாதாய நம: (ஸ்வாஹா)

ॐ ऐं ह्रीं श्रीं ऐं श्रीं ह्रीं क्लीं श्रीं ह्रीं सौ: श्रीं ह्रीं वशिवेश्वरा नाथाय (स्वाहा)

ஓம் ஜம் ஹ்ரீம் ஸ்ரீம் ஜம் ஸ்ரீம் ஹ்ரீம் க்லீம் ஸ்ரீம் ஹ்ரீம் ஸௌ: ஸ்ரீம் ஹ்ரீம் காலா நாதாய நம: (ஸ்வாஹா)

ॐ ऐं ह्रीं श्रीं ऐं श्रीं ह्रीं क्लीं श्रीं ह्रीं सौ: श्रीं ह्रीं काला नाथाय (स्वाहा)

ஓம் ஜம் ஹ்ரீம் ஸ்ரீம் ஜம் ஸ்ரீம் ஹ்ரீம் க்லீம் ஸ்ரீம் ஹ்ரீம் ஸௌ: ஸ்ரீம் ஹ்ரீம் மஹாகாலா நாதாய நம: (ஸ்வாஹா)

ॐ ऐं ह्रीं श्रीं ऐं श्रीं ह्रीं क्लीं श्रीं ह्रीं सौ: श्रीं ह्रीं महाकाला नाथाय (स्वाहा)

ஓம் ஐம் ஹ்ரீம் ஸ்ரீம் ஐம் ஸ்ரீம் ஹ்ரீம் க்லீம் ஸ்ரீம் ஹ்ரீம் ஸௌ: ஸ்ரீம் ஹ்ரீம் அபயா நாதாய நம: (ஸ்வாஹா)

ॐ ऐं ह्रीं श्रीं ऐं श्रीं ह्रीं क्लीं श्रीं ह्रीं सौः श्रीं ह्रीं अभया नाथाय स्वाहा

ஓம் ஐம் ஹ்ரீம் ஸ்ரீம் ஐம் ஸ்ரீம் ஹ்ரீம் க்லீம் ஸ்ரீம் ஹ்ரீம் ஸௌ: ஸ்ரீம் ஹ்ரீம் விகாரா நாதாய நம: (ஸ்வாஹா)

ॐ ऐं ह्रीं श्रीं ऐं श्रीं ह्रीं क्लीं श्रीं ह्रीं सौः श्रीं ह्रीं वकिारा नाथाय स्वाहा

ஓம் ஐம் ஹ்ரீம் ஸ்ரீம் ஐம் ஸ்ரீம் ஹ்ரீம் க்லீம் ஸ்ரீம் ஹ்ரீம் ஸௌ: ஸ்ரீம் ஹ்ரீம் மஹாவிகாரா நாதாய நம: (ஸ்வாஹா)

ॐ ऐं ह्रीं श्रीं ऐं श्रीं ह्रीं क्लीं श्रीं ह्रीं सौः श्रीं ह्रीं महावकिारा नाथाय स्वाहा

ஓம் ஐம் ஹ்ரீம் ஸ்ரீம் ஐம் ஸ்ரீம் ஹ்ரீம் க்லீம் ஸ்ரீம் ஹ்ரீம் ஸௌ: ஸ்ரீம் ஹ்ரீம் ஸர்வகா நாதாய நம: (ஸ்வாஹா)

ॐ ऐं ह्रीं श्रीं ऐं श्रीं ह्रीं क्लीं श्रीं ह्रीं सौः श्रीं ह्रीं सर्वगा नाथाय स्वाहा

ஓம் ஐம் ஹ்ரீம் ஸ்ரீம் ஐம் ஸ்ரீம் ஹ்ரீம் க்லீம் ஸ்ரீம் ஹ்ரீம் ஸௌ: ஸ்ரீம் ஹ்ரீம் ஸ்ருகாலா நாதாய நம: (ஸ்வாஹா)

ॐ ऐं ह्रीं श्रीं ऐं श्रीं ह्रीं क्लीं श्रीं ह्रीं सौः श्रीं ह्रीं सृकाला नाथाय स्वाहा

ஓம் ஐம் ஹ்ரீம் ஸ்ரீம் ஐம் ஸ்ரீம் ஹ்ரீம் க்லீம் ஸ்ரீம் ஹ்ரீம் ஸௌ: ஸ்ரீம் ஹ்ரீம் பூதனா நாதாய நம: (ஸ்வாஹா)

ॐ ऐं ह्रीं श्रीं ऐं श्रीं ह्रीं क्लीं श्रीं ह्रीं सौः श्रीं ह्रीं भूतना नाथाय स्वाहा

ஓம் ஐம் ஹ்ரீம் ஸ்ரீம் ஐம் ஸ்ரீம் ஹ்ரீம் க்லீம் ஸ்ரீம் ஹ்ரீம் ஸௌ: ஸ்ரீம் ஹ்ரீம் ஶர்வரீ நாதாய நம: (ஸ்வாஹா)

ॐ ऐं ह्रीं श्रीं ऐं श्रीं ह्रीं क्लीं श्रीं ह्रीं सौः श्रीं ह्रीं शर्वरी नाथाय स्वाहा

ஓம் ஐம் ஹ்ரீம் ஸ்ரீம் ஐம் ஸ்ரீம் ஹ்ரீம் க்லீம் ஸ்ரீம் ஹ்ரீம் ஸௌ: ஸ்ரீம் ஹ்ரீம் வ்யோமா நாதாய நம: (ஸ்வாஹா)

ॐ ऐं ह्रीं श्रीं ऐं श्रीं ह्रीं क्लीं श्रीं ह्रीं सौः श्रीं ह्रीं व्योमा नाथाय (स्वाहा)

ஓம் ஜம் ஹ்ரீம் ஸ்ரீம் ஐம் ஸ்ரீம் ஹ்ரீம் க்லீம் ஸ்ரீம் ஹ்ரீம் ஸௌ: ஸ்ரீம் ஹ்ரீம் பூர்ணா நாதாய நம: (ஸ்வாஹா)

ॐ ऐं ह्रीं श्रीं ऐं श्रीं ह्रीं क्लीं श्रीं ह्रीं सौः श्रीं ह्रीं पूरणा नाथाय (स्वाहा) 64

தேவதைகள் - देवता:

5. <u>லோபாமுத்ரா மனு</u> - ஓம் ஜம் ஹ்ரீம் ஸ்ரீம் ஹஸகலஹ்ரீம் ஹஸகஹலஹ்ரீம் ஸகலஹ்ரீம் லோபாமுத்ராம்பாயை நம: (ஸ்வாஹா)

<u>लोपामुद्रामनु</u> - ॐ ऐं ह्रीं श्रीं ह स क ल ह्रीं ह स क ह ल ह्रीं स क ल ह्रीं लोपामुद्राम्बायै नमः (स्वाहा)

6. <u>புவனேஸ்வரீ மனு</u> - ஓம் ஜம் ஹ்ரீம் ஸ்ரீம் ஸ்ரீம் ஹ்ரீம் ஸ்ரீம் புவனேஸ்வர்யம்பாயை நம: (ஸ்வாஹா)

<u>भुवनेश्वरीमनु</u> - ॐ ऐं ह्रीं श्रीं श्रीं ह्रीं श्रीं भुवनेश्वर्यम्बायै नमः (स्वाहा)

7. <u>அன்னபூர்ணா மனு</u> - ஓம் ஜம் ஹ்ரீம் ஸ்ரீம் ஹ்ரீம் ஸ்ரீம் க்லீம் ஓம் நமோ பகவதியன்னபூர்ணே மமாபிலஷிதமன்னம் தேஹி (ஸ்வாஹா)

<u>अन्नपूर्णमनु</u> - ॐ ऐं ह्रीं श्रीं ह्रीं श्रीं क्लीं ॐ नमो भगवति अन्नपूर्णे ममाभिलषितमन्त्रम् देहि (स्वाहा)

8. <u>காமகலா மனு</u> - ஓம் ஜம் ஹ்ரீம் ஸ்ரீம் அம் ஆம் இம் ஈம் உம் ஊம் றும் றூம் லும் லூம் ஏம் ஐம் ஓம் ஒளம் அம் அ: கம் க்கம் கம் க்கம் நும் சம் ச்சம் ஜம் ஜ்ஜம் ஞும் டம் ட்டம் டம் ட்டம் ணம் தம் த்தம் தம் த்தம் நம் பம் ப்பம் பம் ப்பம் மம் யம் ரம் லம் வம் ஶம் ஷம் ஸம் ஹம் எம் க்ஷம் ஈம் காமகலாம்பாயை நம: (ஸ்வாஹா)

<u>कामकलामनु</u> - ॐ ऐं ह्रीं श्रीं अं आं इं ईं उं ऊं ऋं ॠं लृं लॄं एं ऐं ओं औं अं अः कं खं गं घं ङं चं छं जं झं ञं टं ठं डं ढं णं तं थं दं धं नं पं फं बं भं मं यं रं लं वं शं षं सं हं ळं क्षं ईं कामकलाम्बायै नमः (स्वाहा)

107 ஸுதர்ஷண மனு - सुदर्शनमनु

i. ஓம் ஐம் ஹ்ரீம் ஸ்ரீம் ஓம் ஸஹஸ்ரார ஹூம் பட் (ஸ்வாஹா)

ॐ ऐं ह्रीं श्रीं ॐ सहस्रार हुम् फट् (स्वाहा)

ii. ஓம் ஐம் ஹ்ரீம் ஸ்ரீம் ஸ்ரீம் ஹ்ரீம் ஓம் ஸுதர்ஷண சக்ராய ரிபுசித்தம் ப்ராமய ப்ராமய (ஸ்வாஹா)

ॐ ऐं ह्रीं श्रीं श्रीं ह्रीं ॐ सुदर्शन चक्राय रिपुचित्तं भ्रामय भ्रामय (स्वाहा)

10. வைத்தேய மனு - वैद्देयमनु (கருடமனு - गरुडमनु)

i. ஓம் ஐம் ஹ்ரீம் ஸ்ரீம் ஓம் க்ஷிம் க்ஷிப (ஸ்வாஹா)

ॐ ऐं ह्रीं श्रीं ॐ क्षिं क्षिप (स्वाहा)

ii. ஓம் ஐம் ஹ்ரீம் ஸ்ரீம் ஓம் நமோ பகவதே ஸ்ரீமன் மஹா கருடாய அம்ருத கோசோத்பவாய வஜ்ரநக வஜ்ரதுண்ட பக்ஷாலங்க்ருத ஸரீராய ஸ்ரீமன் மஹா கருட விஷம் ஹூம் பட் (ஸ்வாஹா)

ॐ ऐं ह्रीं श्रीं ॐ नमो भगवते श्रीमन् महागरुडाय अमृत कोशोद्द्रवाय वज्रनख वज्रतुण्ड पक्षालङ्कृत शरीराय श्रीमन् महा गरुड विषं हुम् फट् (स्वाहा)

iii. ஓம் ஐம் ஹ்ரீம் ஸ்ரீம் வம் க்ஷம் க்ஷிப (ஸ்வாஹா)

ॐ ऐं ह्रीं श्रीं वं क्षं क्षिप (स्वाहा)

11. கார்த்தவீர்யார்ஜுன மனு - ஓம் ஐம் ஹ்ரீம் ஸ்ரீம் ஓம் ப்ரோம் ச்ரீம் க்லீம் ப்லூம் ஆம் ஹ்ரீம் க்ரோம் ஸ்ரீம் ஹூம் பட் (ஸ்வாஹா)

कार्तवीर्यार्जुनमनु - ॐ ऐं ह्रीं श्रीं ॐ प्रों छ्रीं क्लीं ब्लूं आं ह्रीं क्रों श्री हुम् फट् (स्वाहा)

12. ந்ருஸிம்ஹ மனு - ஓம் ஐம் ஹ்ரீம் ஸ்ரீம் ஓம் க்ஷரௌம் ஈம் ஹம் உக்ரம் வீரம் மஹாவிஷ்ணும் ஜ்வலந்தம் ஸர்வதோமுகம் । ந்ருஸிம்ஹம் பீஷணம் பத்ரம் ம்ருத்யு ம்ருத்யும் நமாம்யஹம் । ஹம் ஈம் க்ஷரௌம் ஓம் நம: (ஸ்வாஹா)

नृसिंहमनु - ॐ ऐं ह्रीं श्रीं ॐ क्ष्रौं ई हं उग्रं वीरं महाविष्णुम् ज्वलन्तं सर्वतोमुखम् । नृसिम्हं भीषणं भद्रं मृत्युमृत्युं नमाम्यहम् । हं ई क्ष्रौं ॐ (स्वाहा)

13. **நாமத்ரய மனு** - ஓம் ஜம் ஹ்ரீம் ஸ்ரீம் அச்யுதாய நம: அனந்தாய நம: கோவிந்தாய நம: (ஸ்வாஹா)

नामत्रयमनु - ॐ ऐं ह्रीं श्रीं अच्युताय नम: अन्ताय नम: गोविन्दाय नम: (स्वाहा)

14. **ஸ்ரீராம மந்திரங்கள்** - श्रीराम मन्त्रा:
    i. ஓம் ஜம் ஹ்ரீம் ஸ்ரீம் ஓம் ராம் ராமாய நம: (ஸ்வாஹா)

ॐ ऐं ह्रीं श्रीं ॐ रां रामाय नम: (स्वाहा)

    ii. ஓம் ஜம் ஹ்ரீம் ஸ்ரீம் ஓம் ஸ்ரீம் ஹ்ரீம் க்லீம் நித்யஸுத்த புத்தாய ராமாய பரப்ரஹ்மணே நம: (ஸ்வாஹா)

ॐ ऐं ह्रीं श्रीं ॐ श्रीं ह्रीं क्लीं नित्यशुद्ध बुद्धाय रामाय परप्रह्मणे नम: (स्वाहा)

15. **ஸீதாதேவீ மந்திரம்** - ஓம் ஜம் ஹ்ரீம் ஸ்ரீம் ஓம் ஸ்ரீம் ஸீதாயை நம: (ஸ்வாஹா)

सीतादेवी मन्त्र: - ॐ ऐं ह्रीं श्रीं ॐ श्रीं सीतायै नम: (स्वाहा)

16. **கோபால மந்திரங்கள்** - गोपाल मन्त्रा:
    i. ஓம் ஜம் ஹ்ரீம் ஸ்ரீம் க்லீம் க்ருஷ்ணாய கோவிந்தாய கோபீ ஜனவல்லபாய நம: (ஸ்வாஹா)

ॐ ऐं ह्रीं श्रीं क्लीं कृष्णाय गोविन्दाय गोपिजनवल्लभाय नम: (स्वाहा)

    ii. ஓம் ஜம் ஹ்ரீம் ஸ்ரீம் அன்னரூப, ரஸரூப, நமோ நம: | அன்னாதிபதயே மமான்னம் ப்ரயச்ச (ஸ்வாஹா)

ॐ ऐं ह्रीं श्रीं अन्नरूप, रसरूप, नमो नम: । अन्नाधिपतये ममान्नं प्रयच्छ (स्वाहा)

    iii. ஓம் ஜம் ஹ்ரீம் ஸ்ரீம் ஓம் க்லீம் க்ருஷ்ண க்ருஷ்ண ஹரே க்ருஷ்ண ஸர்வஜ்ஞ த்வம் ப்ரஸீத மே | ராமாரமண விஸ்வேம

109 வித்யாமாஸு ப்ரயச்ச மே க்லீம் ஓம் நம:
(ஸ்வாஹா)

ॐ ऐं ह्रीं श्रीं ॐ क्लीं कृष्ण कृष्ण हरे कृष्ण सर्वज्ञ त्वं प्रसीद मे ।
रामारमण विश्वेश विद्यामाशु प्रयच्छ मे क्लीं ॐ नम: (स्वाहा)

iv. ஓம் ஐம் ஹ்ரீம் ஶ்ரீம் க்லீம் தேவகீஸுத கோவிந்த வாஸுதேவ ஜகத்பதே | தேஹி மே தனயம் க்ருஷ்ண ஶரணாகத வத்சல (ஸ்வாஹா)

ॐ ऐं ह्रीं श्रीं क्लीं देवकीसुत गोविन्द वासुदेव जगत्पते । देहि मे तनयं कृष्ण चरणागद वत्सल (स्वाहा)

v. ஓம் ஐம் ஹ்ரீம் ஶ்ரீம் க்லீம் க்ருஷ்ண க்லீம் | கோபாலாய நம: (ஸ்வாஹா)

ॐ ऐं ह्रीं श्रीं क्लीं कृष्ण क्लीम् । गोपालाय नम: (स्वाहा)

17. ஸௌர மனு - ஓம் ஐம் ஹ்ரீம் ஶ்ரீம் ஓம் ஹ்ரீம் க்ருணிஸ் ஸூர்ய ஆதித்யோம் நம: (ஸ்வாஹா)

सौरमनु - ॐ ऐं ह्रीं श्रीं ॐ ह्रीं कृणिस् सूर्य आदित्यों नम: (स्वाहा)

18. தன்வந்தரி மனு - ஓம் ஐம் ஹ்ரீம் ஶ்ரீம் ஓம் நமோ பகவதே தன்வந்தரயே அம்ருத கலஶ ஹஸ்தாய ஸர்வாமய விநாஶனாய த்ரைலோகநாதாய ஶ்ரீமஹாவிஷ்ணவே (ஸ்வாஹா)

थन्वन्तरिमनु - ॐ ऐं ह्रीं श्रीं ॐ नमो भगवते धन्वन्तरये अमृत कलश हस्ताय सर्वामय विनाशनाय त्रैलोकनाथाय श्रीमहाविष्णवे (स्वाहा)

19. மாயாமனு - मायामनु

i. ஓம் ஐம் ஹ்ரீம் ஶ்ரீம் ஓம் ஹ்ரீம் ஈம் ஓம் நமோ பகவதி மஹாமாயே மனோமயே ஜகத்க்ஷோபிணி வர வரதே ஸர்வஜனம் மோஹய மோஹய ஈம் ஹ்ரீம் (ஸ்வாஹா)

ॐ ऐं ह्रीं श्रीं ॐ ह्रीं ई ॐ नमो भगवति महामाये मनोमये जगत्क्षोभिणि वर वरदे सर्वजनं मोहय ई ह्रीं (स्वाहा)

ii. ஓம் ஐம் ஹ்ரீம் ஶ்ரீம் வம் ஸம் ஜ்ரம் ஜ்ரம் ஜ்ம் ரம் ஹ்ரீம் ஶ்ரீம் மோம் பகவதி

சித்ரவித்யே மஹாமாயே அம்ருதேஸ்வரி ஏஹ்யேஹி ப்ரஸன்னவதனே அம்ருதம் ப்லாவய அனலம் ஸீதலம் குரு குரு ஸர்வவிஷம் நாஸய ஜ்வரம் ஹன ஹன பைத்யோன்மாதம் மோசய மோசய ஆஜ்யோஷ்ணம் ஸமய ஸமய ஸர்வஜனம் மோஹய மோஹய மாம் பாலய பாலய மோம் ஸ்ரீம் ஹ்ரீம் ரம் ஜும் ஜ்ரம் ஜ்ரம் ஸம் வம் (ஸ்வாஹா)

ॐ ऐं ह्रीं श्रीं वं सं झं झं जुं रं ह्रीं श्रीं मों भगवति चित्रविद्ये महामाये अमृतेश्वरि एह्योहि प्रसन्नवदने अमृतं प्लावय अनलं शीतलं कुरु कुरु सर्वविषं नाशय ज्वरं हन हन पैत्योन्मादं मोचय मोचय आज्योष्णं शमय शमय सर्वजनं मोहय मोहय मां पालय पालय मों श्रीं ह्रीं रम् जुम् झं झं सं वं (स्वाहा)

20. **இந்த்ராதி ஸூர மந்த்ரங்கள்** - इन्द्रादि सुर मन्ता:

i.   ஓம் ஜம் ஹ்ரீம் ஸ்ரீம் ஓம் லம் யத இந்த்ர பயாமஹே ததோ நோ அபயம் க்ருதி மகவஞ்சக்தி தவ தன்ன ஊதயே வித்விஷோ விம்ருதோ ஜஹி। லம் ஓம் இந்த்ராய நம: (ஸ்வாஹா)

ॐ ऐं ह्रीं श्रीं ओं लं यत इन्द्र भयामहे ततो नो अभयं कृधि मघवच्छग्धि तव तत्र ऊतये विद्विषो विमृतो जहि । लं ओं इन्द्राय नम: (स्वाहा)

ii.   ஓம் ஜம் ஹ்ரீம் ஸ்ரீம் ஓம் ரம் இத்தாதுலூக ஆபப்ததது ஹிரண்யாக்ஷோ அயோமுக: ரக்ஷஸாம் தூத ஆகத: தமிதோ நாஸயாக்னே ரம் ஓம் அக்னயே நம: (ஸ்வாஹா)

ॐ ऐं ह्रीं श्रीं ओं रं इद्धातुलूक आपप्ततु हिरण्याक्षो अयोमुख: रक्षसां द्रूत: आगत: तमितो नाशयाग्रे रं ओं अग्रये नम: (स्वाहा)

iii.   ஓம் ஜம் ஹ்ரீம் ஸ்ரீம் ஓம் க்ரோம் ஹ்ரீம் ஆம் வைவஸ்வதாய தர்ம ராஜாய பக்தானுக்ரஹ க்ருதே நம: (ஸ்வாஹா)

ॐ ऐं ह्रीं श्रीं ओं कृते ह्रीं आं वैवस्वताय धर्म राजाय भक्तानुग्रह कृते नम: (स्वाहा)

iv. ஓம் ஐம் ஹ்ரீம் ஶ்ரீம் ஓம் நமோ விசித்ராய தர்மலேககாய யமவாஹிகாதாரிணே யமல வரயூம் ஜன்ம ஸம்பத் ப்ரளயம் கதய (ஸ்வாஹா)

ॐ ऐं ह्रीं श्रीं ओं नमो विचित्राय धर्मलेखकाय यमवाहिकाधारिणे यमल वरयूं जन्म सम्पत् प्रलयं कथय (स्वाहा)

v. ஓம் ஐம் ஹ்ரீம் ஶ்ரீம் க்ஷம் நிர்ருதயே நம: (ஸ்வாஹா)

ॐ ऐं ह्रीं श्रीं क्षं निर्ऋतये नम: (स्वाहा)

vi. ஓம் ஐம் ஹ்ரீம் ஶ்ரீம் வம் வருணாய நம: (ஸ்வாஹா)

ॐ ऐं ह्रीं श्रीं वं वरुणाय नम: (स्वाहा)

vii. ஓம் ஐம் ஹ்ரீம் ஶ்ரீம் யம் வாயவே நம: (ஸ்வாஹா)

ॐ ऐं ह्रीं श्रीं यं वायवे नम: (स्वाहा)

viii. ஓம் ஐம் ஹ்ரீம் ஶ்ரீம் ஓம் க்ரீம் யக்ஷாய குபேராய வைஶ்ரவணாய தனதான்யாதி பதயே தனதான்ய ஸம்ருத்திம் மே தேஹி தாபய (ஸ்வாஹா)

ॐ ऐं ह्रीं श्रीं ओं क्रीं यक्षाय कुबेराय वैश्रवणाय धनधान्यादि पतये धनधान्य समृद्धिं मे देहि दापय (स्वाहा)

ix. ஓம் ஐம் ஹ்ரீம் ஶ்ரீம் ஓம் ஶ்ரீம் ஓம் ஹ்ரீம் ஶ்ரீம் ஹ்ரீம் க்லீம் வித்தேஶ்வராய நம: (ஸ்வாஹா)

ॐ ऐं ह्रीं श्रीं ओं श्रीं ओं ह्रीं श्रीं ह्रीं क्लीं वित्तेश्वराय नम: (स्वाहा)

x. ஓம் ஐம் ஹ்ரீம் ஶ்ரீம் ஓம் ஹம் ஓம் நமோ பகவதே ருத்ராய ஹம் ஓம் (ஸ்வாஹா)

ॐ ऐं ह्रीं श्रीं ओं हं ओं नमो भगवते रुद्राय हं ओं (स्वाहा)

21. **இந்த்ரக்ஷீ மனு** - इन्द्रक्षी मनु

i. ஓம் ஐம் ஹ்ரீம் ஶ்ரீம் ஓம் ஐம் க்ரீம் ஹ்ரீம் ஹூம் தும் லம் ஶ்ரீம் ஈம் இந்த்ரக்ஷீ ரக்ஷ ரக்ஷ

மம ஶத்ரூன் துக்க க்ரந்திம் ஸ்போடய ஸ்போடய மம அரீன் பஞ்ஜய பஞ்ஜய மம மனோ க்ரந்திம் ஶரீர க்ரந்திம் காதய காதய ஹும் பட் (ஸ்வாஹா)

ॐ ऐं ह्रीं श्रीं ॐ ऐं क्रीं ह्रीं हुं तुं लं श्रीं ई इन्द्रक्षी रक्ष रक्ष मम शत्रून् दुःखग्रन्थिं स्फोटय स्फोटय मम अरीन् भञ्जय भञ्जय मम मनो ग्रन्थिं शरीर ग्रन्थिं घातय घातय हुं फट् (स्वाहा)

ii.   ஓம் ஐம் ஹ்ரீம் ஸ்ரீம் ஓம் ஸ்ரீம் ச்ராம் ஐம் க்லீம் ஸௌ: ஓம் நமோ பகவதி இந்த்ராக்ஷி பூத பவிஷ்யத் வர்தமான காலவாதினி ப்ரபஞ்சகாரிணி மே கார்யம் கதய ஸௌ: க்லீம் ஜம் ச்ராம் ஸ்ரீம் ஓம் (ஸ்வாஹா)

ॐ ऐं ह्रीं श्रीं ॐ श्रीं छ्रां ऐं क्लीं सौ: ॐ नमो भगवति इन्द्राक्षि भूत भविष्यद् वर्तमान कालवादिनि प्रपञ्चकारिणि मे कार्य कथय सौ: क्लीं ऐं छ्रां श्रीं ॐ (स्वाहा)

22.   **தத்தாத்ரேய மந்திரங்கள்** - दत्तात्रेय मन्त्रा:

i.   ஓம் ஐம் ஹ்ரீம் ஸ்ரீம் ஆம் ஹ்ரீம் க்ரோம் ஐம் க்லீம் ஸௌ: ஸ்ரீம் க்லௌம் த்ராம் நம: (ஸ்வாஹா)

ॐ ऐं ह्रीं श्रीं आं ह्रीं क्रों ऐं क्लीं सौ: श्रीं ग्लौं द्रां नम: (स्वाहा)

ii.   ஓம் ஐம் ஹ்ரீம் ஸ்ரீம் ஓம் ஹ்ரீம் த்ராம் தத்தாத்ரேயாய நம: த்ராம் ஹ்ரீம் ஓம் (ஸ்வாஹா)

ॐ ऐं ह्रीं श्रीं ॐ ह्रीं क्रों द्रां दत्तात्रेयाय नम: द्रां ह्रीं ॐ (स्वाहा)

iii.   ஓம் ஐம் ஹ்ரீம் ஸ்ரீம் ஓம் ஹ்ரீம் த்ராம் தத்தாத்ரேய ஹரே க்ருஷ்ண உன்மத்தானந்த தாயக | திகம்பரமுனே பாலபிஶாச ஜ்ஞான ஸாகர த்ராம் ஹ்ரீம் ஓம் (ஸ்வாஹா)

ॐ ऐं ह्रीं श्रीं ॐ ह्रीं द्रां दत्तात्रेय हरे कृष्ण उन्मत्तानन्द दायक दिगम्बरमुने बालपिशाच ज्ञानसागर द्रां ह्रीं ॐ (स्वाहा)

23.   **த்வாதஶாக்ஷரீ மனு** - ஓம் ஐம் ஹ்ரீம் ஸ்ரீம் ஓம் நமோ பகவதே வாஸுதேவாய நம: (ஸ்வாஹா)

द्वादशाक्षरी मनु - ॐ ऐं ह्रीं श्रीं ॐ नमो भगवते वासुदेवाय नम: (स्वाहा)

24. <u>அஷ்டாக்ஷரீ மனு</u> - ஓம் ஐம் ஹ்ரீம் ஸ்ரீம் ஓம் நமோ நாராயணாய (ஸ்வாஹா)

<u>अष्टाक्षरी मनु</u> - ॐ ऐं ह्रीं श्रीं ॐ नमो नारायणाय (स्वाहा)

25. <u>ருத்ர மனு</u> - ஓம் ஐம் ஹ்ரீம் ஸ்ரீம் ஸத்யோஜாதம் ப்ரபத்யாமி ஸத்யோஜாதாய வை நமோ நம: | பவே பவே நாதிபவே பவஸ்வ மாம் பவோத்பவாய நம: || மகார ரூபாய ஸம்ஹார கர்த்ரே ருத்ராய நம: (ஸ்வாஹா)

<u>रुद्र मनु</u> - ॐ ऐं ह्रीं श्रीं सद्योजातं प्रपद्यामि सद्योजाताय वै नमो नम: । भवे भवे नातिभवे भवस्वमां भवोत्भवाय नम: ॥ मकाररूपाय सम्हार कर्त्रे रुद्राय नम: (स्वाहा)

26. ஓம் ஐம் ஹ்ரீம் ஸ்ரீம் ஹ்ஸ்ரௌம் ஹ்ஸ்-ரீம் ஹ்ஸ்ரௌ: ஹ்ஸ்க்ப்ரேம் பகவதி யம்பே ஹஸக்ஷமலவரயூம் ஹ்ஸ்க்ப்ரேம், அகோரமுகீ ச்ராம் ச்ரீம் கிணி கிணி விச்சே ஹ்ஸ்ரௌ: ஹ்ஸ்க்ப்ரேம் ஹ்ஸ்ரௌ: பஸ்சிமாம்னாய ஸமய வித்யேஸ்வரீ குஞ்சிகா தேவ்யம்பாயை நம: (ஸ்வாஹா)

ॐ ऐं ह्रीं श्रीं ॐ ऐं ह्रीं श्रीं हृसौं हृसीं हृसौ: हृस्ख्रें भगवति यम्बे हसक्षमलवरयूं हृस्ख्रें, अघोरमुखी छ्रां छ्रीं किणि विच्चे हृसौं हृस्ख्रें हृसौं: पश्चिमाम्नाय समय विद्येश्वरी कुञ्जिका देव्यम्बायै नम: (स्वाहा)

27. ஓம் ஐம் ஹ்ரீம் ஸ்ரீம் ஐம் கஏஈலஹ்ரீம் க்லீம் ஹஸகஹலஹ்ரீம் ஸௌ: ஸகலஹ்ரீம் தஸதூதி நவஸித்தெளக மண்டலத்ரய வீரதஶக சது:ஷஷ்டி ஸித்தநாத ஸஹிதாயை லோபாமுத்ராதி ஸமய வித்யேஸ்வரீ பர்யந்த த்விஸஹஸ்ர தேவதா பரிஸேவிதாயை ஜாலந்தர பீடஸ்திதாயை, பஸ்சிமாம்னாய ஸமஷ்டி ரூபிண்யை ஸ்ரீ மஹாத்ரிபுரஸுந்தர்யை நம: (ஸ்வாஹா)

ॐ ऐं ह्रीं श्रीं ऐं कऐईलह्रीं क्लीं हसकहलह्रीं सौ: सकलह्रीं दशद्रूति, नवसिद्धौघ, मण्डलत्रय, वीरदशक चतु:षष्टि सिद्धनाथ सहितायै लोपामुद्रादि समय विद्येश्वरी

पर्यन्त द्विसहस्र देवता परिसेवितायै जालन्धर पीठस्थितायै पश्चिमाम्नाय समष्टि रूपिण्यै श्री महात्रिपुरसुन्दर्यै नम: (स्वाहा)

*****

உத்தராம்னாயம் - उत्तराम्नाय:

இந்த உத்தராம்னாய தேவதைக்கு குப்ஜகாளி என்று பெயர். பஞ்ச முண்டாஸனத்தில் அமர்ந்திருப்பவள். மாதுளம்பூ நிறத்தினள். சிவந்த ஆடைகள் அணிந்தவள். சந்திரனை மகுடத்தில் தரித்தவள். மூன்று கண்கள் உடையவள். புத்தகம், அக்ஷமாலை, வர, அபய கரங்களுடன் இவளைத் தியானிக்க வேண்டும்.

வடக்கு - ஸாம வேதம் - ஸாம்பவீ வித்யையிலிருந்து தோன்றியவர்கள். இத்திசையில் அம்பிகையின் ஐந்து முக்கிய பரிவார தேவதைகள் இருக்கின்றனர்.

<u>துரீயாம்பா</u> - துரியானந்த நாதரால் உபாஸிக்கப் பட்டவள்.

<u>மஹார்த்தா</u> - வியாபக ஸ்வரூப பூமானந்தத்தின் அர்த்தமாக விளங்குபவள்.

<u>அஸ்வாரூடா</u> - அம்பிகையின் குதிரைப் படைத் தலைவி. குதிரை வாகனம் கொண்டவள்.

<u>மிஸ்ராம்பா</u> - மிஸ்ரேஸானந்த நாதரால் உபாஸிக்கப் பட்டவள். வாக்பீஜரூபிணியாய் கலந்து விளங்குபவள்.

<u>வாக்வாதினி</u> - வாக்கில் விளங்கி அருள்பவள்.

வடக்கு வாசலிலுள்ள 2000 தேவதைகளில் இவ்வைவர் மட்டுமே மிக முக்கியமானவர்கள்.

அம்பிகைக்கு ப்ரஹ்மாத்மைக்ய ஸ்வரூபிணி என்று ஒரு பெயர். ப்ரஹ்மம், ஆத்மா இரண்டின் ஐக்ய வடிவினள். பரப்ரஹ்மமும் ஜீவாத்மாவும்

<u>ஐக்கியமான இடமே திரிபுராதேவியின் ஸ்வரூபம்.</u>

ஶிவன் ஜீவன் இவர்களுடைய ஐக்கியத்தைக் கூறுவதான 'ஹம்ஸ' மந்திரத்தை தன் உருவாகக் கொண்டவள்.

குரு மண்டலம் - गुरु मण्डलम्

1. நவமுத்ராா: - नवमुद्रा:

    I. ஓம் ஐம் ஹ்ரீம் ஶ்ரீம் **த்ராம்** ஸர்வ ஸம்க்ஷோபிணீ முத்ராயை நம: (ஸ்வாஹா)

ओं ऐं ह्रीं श्रीं द्रां सर्व सम्क्षोभिणी मुद्रायै नम: (स्वाहा)

    II. ஓம் ஐம் ஹ்ரீம் ஶ்ரீம் **த்ரீம்** ஸர்வவித்ராவிணீ முத்ராயை நம: (ஸ்வாஹா)

ओं ऐं ह्रीं श्रीं द्रीं सर्व वदिरावणी मुद्रायै नम: (स्वाहा)

    III. ஓம் ஐம் ஹ்ரீம் ஶ்ரீம் க்லீம் ஸர்வாகர்ஷிணீ முத்ராயை நம: (ஸ்வாஹா)

ओं ऐं ह्रीं श्रीं क्लीं सर्वाकर्षणी मुद्रायै नम: (स्वाहा)

    IV. ஓம் ஐம் ஹ்ரீம் ஶ்ரீம் ப்லூம் ஸர்வவஶங்கரீ முத்ராயை நம: (ஸ்வாஹா)

ओं ऐं ह्रीं श्रीं ब्लूं सर्ववशङ्करी मुद्रायै नम: (स्वाहा)

    V. ஓம் ஐம் ஹ்ரீம் ஶ்ரீம் ஸ: ஸர்வோன்மாதினீ முத்ராயை நம: (ஸ்வாஹா)

ओं ऐं ह्रीं श्रीं स: सर्वोन्मादिनी मुद्रायै नम: (स्वाहा)

    VI. ஓம் ஐம் ஹ்ரீம் ஶ்ரீம் க்ரோம் ஸர்வமஹாங்குஶா முத்ராயை நம: (ஸ்வாஹா)

ओं ऐं ह्रीं श्रीं क्रों सर्व महाङ्खुशा मुद्रायै नम: (स्वाहा)

    VII. ஓம் ஐம் ஹ்ரீம் ஶ்ரீம் ஹ்ஸ்க்ப்ரேம் ஸர்வகேசரீ முத்ராயை நம: (ஸ்வாஹா)

ओं ऐं ह्रीं श्रीं हसख्फ्रें सर्वखेचरी मुद्रायै नम: (स्वाहा)

    VIII. ஓம் ஐம் ஹ்ரீம் ஶ்ரீம் ஹ்ஸௌ: ஸர்வபீஜ முத்ராயை நம: (ஸ்வாஹா)

ओं ऐं ह्रीं श्रीं हसौ: सर्वबीज मुद्रायै नम: (स्वाहा)

    IX. ஓம் ஐம் ஹ்ரீம் ஶ்ரீம் ஐம் ஸர்வயோனி முத்ராயை நம: (ஸ்வாஹா)

ॐ ऐ ह्रीं श्रीं ऐं सर्वयोनि मुद्रायै नम: (स्वाहा)

2. **வீராவளி பஞ்சகமனு** - वीरावली पङ्चकमनु

   I.   ஓம் ஐம் ஹ்ரீம் ஸ்ரீம் ஐம் ஹ்ரீம் ஸ்ரீம் ஐம் க்லீம் ஸௌ: லம் ப்ரஹ்ம வீராவளி ஸ்ரீயை நம: (ஸ்வாஹா)

ॐ ऐ ह्रीं श्रीं ऐं ह्रीं श्रीं ऐं क्लीं सौ: लं ब्रह्म वीरावली श्रयै नम: (स्वाहा)

   II.   ஓம் ஐம் ஹ்ரீம் ஸ்ரீம் ஐம் ஹ்ரீம் ஸ்ரீம் ஐம் க்லீம் ஸௌ: வம் விஷ்ணு வீராவளி ஸ்ரீயை நம: (ஸ்வாஹா)

ॐ ऐ ह्रीं श्रीं ऐं ह्रीं श्रीं ऐं क्लीं सौ: वं वष्णिु वीरावली श्रयै नम: (स्वाहा)

   III.   ஓம் ஐம் ஹ்ரீம் ஸ்ரீம் ஐம் ஹ்ரீம் ஸ்ரீம் ஐம் க்லீம் ஸௌ: ரம் ருத்ர வீராவளி ஸ்ரீயை நம: (ஸ்வாஹா)

ॐ ऐ ह्रीं श्रीं ऐं ह्रीं श्रीं ऐं क्लीं सौ: रं रुद्र वीरावली श्रयै नम: (स्वाहा)

   IV.   ஓம் ஐம் ஹ்ரீம் ஸ்ரீம் ஐம் ஹ்ரீம் ஸ்ரீம் ஐம் க்லீம் ஸௌ: யம் ஈஸ்வர வீராவளி ஸ்ரீயை நம: (ஸ்வாஹா)

ॐ ऐ ह्रीं श्रीं ऐं ह्रीं श्रीं ऐं क्लीं सौ: यं ईश्वर वीरावली श्रयै नम: (स्वाहा)

   V.   ஓம் ஐம் ஹ்ரீம் ஸ்ரீம் ஐம் ஹ்ரீம் ஸ்ரீம் ஐம் க்லீம் ஸௌ: ஹம் ஸதாஶிவ வீராவளி ஸ்ரீயை நம: (ஸ்வாஹா)

ॐ ऐ ह्रीं श्रीं ऐं ह्रीं श्रीं ऐं क्लीं सौ: हं सदाशिव वीरावली श्रयै नम: (स्वाहा)

தேவதைகள் - देवता:

3. **துரீய மனு** - ஓம் ஐம் ஹ்ரீம் ஸ்ரீம் ஹஸகல, ஹஸகஹல, ஸகலஹ்ரீம் துரீயாம்பாயை நம: (ஸ்வாஹா)

तुरीयमनु - ॐ ऐं ह्रीं श्रीं हसकल, हसकहल, सकलह्रीं तुरीयाम्बायै नम: (स्वाहा)

4. **மஹார்த்தா மனு** - ஓம் ஐம் ஹ்ரீம் ஸ்ரீம் ஐம் ஈம் ஔ: கஏஈலஹ்ரீம் க்லீம் ஹஸகஹலஹ்ரீம் ஸம் - ஸ்ருஷ்டி நித்யே ஸ்வாஹா ஹம் - ஸ்திதி பூர்ணே நம: ரம் - மஹா ஸம்ஹாரிணி க்ருமே

117 சண்டகாளி பட், ரம் - ஹ்ஸ்க்ப்ரேம் மஹானாக்யே அனந்தபாஸ்கரி மஹா சண்டகாளி பட், ரம் - மஹா ஸம்ஹாரிணி க்ருஸே சண்டகாளி பட், ஹம் ஸ்திதி பூர்ணே நம: ஸம் - ஸ்ருஷ்டி நித்யே (ஸ்வாஹா)

महार्थमनु - ॐ ऐं ह्रीं श्रीं ऐं ई औः कऐईलह्रीं क्लीं हसकहलह्रीं सं - सृष्टि नित्ये स्वाहा हं - स्थिति पूर्ण नम: रं - महा सम्हारिणि कृशे चण्डकालि फट्, रं - हस्ख्रें महानाख्ये अन्नतभास्करि महा चण्डकालि फट्, रं - महा सम्हारिणि कृशे चण्डकालि फट्, हं स्थिति पूर्ण नम:, सं सृष्टि नित्ये (स्वाहा)

5. அஶ்வாரூடா மனு - ஓம் ஜம் ஹ்ரீம் ஶ்ரீம் ஓம் ஆம் ஹ்ரீம் க்ரோம் ஏஹி பரமேஶ்வர்யை நம: (ஸ்வாஹா)

अश्वारूढामनु - ॐ ऐं ह्रीं श्रीं ओं आं ह्रीं क्रों एहि परमेश्वर्यै नम: (स्वाहा)

6. மிஶ்ராம்பா மனு - ஓம் ஜம் ஹ்ரீம் ஶ்ரீம் ஜம் மிஶ்ராம்பாயை நம: (ஸ்வாஹா)

मिश्राम्बामनु - ॐ ऐं ह्रीं श्रीं ऐं मिश्राम्बायै नम: (स्वाहा)

7. வாக்வாதினி மனு - ஓம் ஜம் ஹ்ரீம் ஶ்ரீம் ஜம் வத வத வாக்வாதினி (ஸ்வாஹா)

वाग्वादिनीमनु - ॐ ऐं ह्रीं श्रीं ऐं वद वद वाग्वादिनि (स्वाहा)

8. துர்கா மனு - दुर्गा मनु

i. ஓம் ஜம் ஹ்ரீம் ஶ்ரீம் ஓம் ஶ்ரீம் ஹ்ரீம் க்லீம் தும் உத்திஷ்ட புருஷே கிம் - ஸ்வபிஷிப்யம் மே ஸமுபஸ்திதம் யதி ஶக்யமஶக்யம் வா தன்மே பகவதி ஶமய ஶமய (ஸ்வாஹா)

ॐ ऐं ह्रीं श्रीं ओं श्रीं ह्रीं क्लीं दुं उत्तिष्ट पुरुषे कि स्वपिषिभ्यं मे समुपस्थितं यदि शक्यमशक्यं वा तन्मे भगवति शमय शमय (स्वाहा)

ii. ஓம் ஜம் ஹ்ரீம் ஶ்ரீம் ஓம் ஶ்ரீம் ஹ்ரீம் க்லீம் க்ஷரௌம் தும் ஜ்வல ஜ்வல ஶூலினி துஷ்டக்ரஹ ஹூம் பட் (ஸ்வாஹா)

ॐ ऐं ह्रीं श्रीं ओं श्रीं ह्रीं क्लीं क्षरौं दुं ज्वल ज्वल शूलिनि दुष्टग्रह हुम् फट् (स्वाहा)

iii.   ஓம் ஜம் ஹ்ரீம் ஸ்ரீம் ஓம் ஹ்ரீம் தும் ஜாத வேதஸே ஸுனவாம ஸோமமராதீ யதோ நிதஹாதி வேத: | ஸ ந: பர்ஷததி துர்க்காணி விஸ்வா நாவேவ ஸிந்தும் துரிதாத்யக்னி: தும் - ஹ்ரீம் - ஓம் | ஜாதவேதோ துர்காம்பாயை நம:| (ஸ்வாஹா)

ॐ ऐं ह्रीं श्रीं ओं ह्रीं दुं जातवेदसे सुनवाम सोममराती यतो निदहाति वेद:। स न: पर्षदति दुर्गाणि विश्वा नावेव सिन्धुं दुरितात्यग्रि: दुं ह्रीं ओं । (स्वाहा)

iv.   ஓம் ஜம் ஹ்ரீம் ஸ்ரீம் ஓம் ஹ்ரீம் தும் துர்காம் தேவீம் ஶரணமஹம் ப்ரபத்யே தும் ஹ்ரீம் ஓம்| ஶாந்தி துர்காம்பாயை நம: (ஸ்வாஹா)

ॐ ऐं ह्रीं श्रीं ओं ह्रीं दुं दुर्गा देवीं शरणमहं प्रपद्ये दुं ह्रीं ओं । शान्ति दुर्गाम्बायै नम: (स्वाहा)

v.   ஓம் ஜம் ஹ்ரீம் ஸ்ரீம் ஓம் ஹ்ராம் ஹ்ரீம் ஸௌ: ஜம் ஸ்ரீம் க்ஷம் தும் ஶபரி துர்காயை க்ரோம் அமலவரயும் ஆதி ஶக்தி ஸ்வரூபிணி அக்ஷரமயே ரக்ஷ: குலநாஶினி மாம் ரக்ஷ ரக்ஷ மம ஶத்ரூன் விதாரய விதாரய ரோகான் பஸ்மீகுரு பஸ்மீகுரு க்ருத்ரிமான் தஹ தஹ ப்ராணான் வஹ வஹ ஆபி சாரிகான் நாஶய நாஶய ஸர்வம் மாம் ரக்ஷ ரக்ஷ ஶபரி துர்காயை ஹூம் பட் (ஸ்வாஹா)

ॐ ऐं ह्रीं श्रीं ओं हां हीं सौ: ऐं श्रीं क्षं दुं शबरि दुर्गायै क्रों अमलवरयूं

आदि शक्ति स्वरूपिणि अक्षरमये रक्ष: कुलनाशिनि मां रक्ष रक्ष मम

शत्रून् विदारय विदारय रोगान् भस्मीकुरु भस्मीकुरु कृत्रिमान् दह दह

प्राणान् वह वह अभिचारिकान् नाशय नाशय सर्वं मां रक्ष रक्ष शबरि

दुर्गायै हुम् फट् (स्वाहा)

vi.   ஓம் ஜம் ஹ்ரீம் ஸ்ரீம் ஹ்ராம் ஹ்ரீம் ஸௌ: க்லௌம் ஜம் ஸ்ரீம் ஜ்வல துர்கே ஏஹ்யேஹி ஸ்புர ப்ரஸ்புர, ஆதி விஷ்ணுஸோதரி, அஸ்த்ர ஜ்வல துர்கே ஆவேஶய ஆவேஶய ஜ்வல துர்காய வித்மஹே ஜாஜ்வல்யமானாய

119 தீமஹி தன்னோ படபாநல: ப்ரசோதயாத் ।
வமலவரயூம் ஜ்வல துர்காஸ்த்ரே ஹூம் பட்
(ஸ்வாஹா)

ॐ ऐं ह्रीं श्रीं हां हीं सौः क्लौं ऐं श्रीं ज्वल दुर्गे ऐहोहि स्फुर प्रस्फुर, आदि विष्णुसोदरि, अस्त्र ज्वल दुर्गे आवेशय आवेशय ज्वल दुर्गाय विद्महे जाज्वल्यमानाय धीमहि । तन्त्रो बडबानल: प्रचोदयात् । वमलवरयूं ज्वल दुर्गास्त्रे हुं फट् (स्वाहा)

vii. ஓம் ஐம் ஹ்ரீம் ஸ்ரீம் கம் சிடி சிடி சண்டாளி
மஹா சண்டாளி ஸர்வம் மே வஶமானய
லவண துர்காம்பாயை நம: (ஸ்வாஹா)

ॐ ऐं ह्रीं श्रीं खं चिटि चिटि चण्डालि महाचण्डालि सर्वे मे वशमानय लवणदुर्गाम्बायै (स्वाहा)

viii. ஓம் ஐம் ஹ்ரீம் ஸ்ரீம் ஓம் க்ரோம் ஹ்ரீம் ஆம்
தும் துர்கே ஏஹியேஹி ஆவஶய ஆவேஶய
ஹ்ரீம் தும் துர்கே ஆம் ஹ்ரீம் க்ரோம் ஓம்
ஹூம் பட் தீப துர்காம்பாயை நம:
(ஸ்வாஹா)

ॐ ऐं ह्रीं श्रीं ओं क्रों क्रीं आं दुं दुर्गे एहोहि आवेशय आवेशय हीं दुं दुर्गे आं हीं क्रों ओं हुं फट् दीपदुर्गाम्बायै नम: (स्वाहा)

ix. ஓம் ஐம் ஹ்ரீம் ஸ்ரீம் ஓம் ஸ்ரீம் ஹ்ரீம் கடுகே
கடுகபத்ரகே அஸுபகே ஆஸுரி ரக்தவாஸநே
அதர்வண துஹிதே அகோரே
கோரகர்மகாரிகே ப்ரஸ்திதஸ்ய ஸாத்யஸ்ய
கதிம் தஹ தஹ உபவிஷ்டஸ்ய குதம் தஹ
தஹ ப்ரஸுப்தஸ்ய மனோ தஹ தஹ
ப்ரபுத்தஸ்ய ஹ்ருதயம் தஹ தஹ ஹன
ஹன பச பச நாமரூபம் தஹ தஹ
தாவட்யஹ தாவத்பச யாவன்மே வஶமாகச்சதி
தாவன்மே வஶமானய ஆஸுர துர்காம்பாயை
நம: (ஸ்வாஹா)

ॐ ऐं ह्रीं श्रीं ओं श्रीं हीं कटुके कटुकपत्रके असुभगे आसुरि रक्तवासने अथर्वण दुहिते अघोरे घोरकर्मकारिके प्रस्तितस्य साध्यस्य गतिं दह दह उपविष्टस्य गुदं दह दह प्रसुप्तस्य मनो दह दह प्रबुद्धस्य हृदयं दह दह हन हन पच पच

नामरूपं दह दह तावद्ध्यह तावत्पच यावन्मे वशमागच्छति तावन्मे वशमानय आसुरदुर्गाम्बायै नम: (स्वाहा)

9. **காளீமனு** - ஓம் ஐம் ஹ்ரீம் ஸ்ரீம் க்ரீம் க்ரீம் க்ரீம் ஹ்ரீம் ஹ்ரீம் ஹ்ரீம் ஹூம் ஹூம் ஹூம் தக்ஷிணே காளிகே க்ரீம் க்ரீம் க்ரீம் ஹ்ரீம் ஹ்ரீம் ஹ்ரீம் ஹூம் ஹூம் ஹூம் (ஸ்வாஹா)

<u>कालिमनु</u> - ॐ ऐं ह्रीं श्री क्रीं क्रीं क्रीं ह्रीं ह्रीं ह्रीं हुं हुं हुं दक्षिण कालिके क्रीं क्रीं क्रीं ह्रीं ह्रीं ह्रीं हुं हुं हुं (स्वाहा)

10. **சண்டிமனு** - ஓம் ஐம் ஹ்ரீம் ஸ்ரீம் ஐம் ஹ்ரீம் க்லீம் சாமுண்டாயை விச்சே | சண்டிகா பரமேஸ்வர்யை நம: (ஸ்வாஹா)

<u>चण्डिमनु</u> - ॐ ऐं ह्रीं श्री ऐं ह्रीं क्लीं चामुण्डायै विच्चे । चण्डिका परमेश्वर्यै नम: (स्वाहा)

11. **நகுலீமனு** - ஓம் ஐம் ஹ்ரீம் ஸ்ரீம் ஓஷ்டாபிதானா நகுல் தந்தை: பரிவ்ருதா: பவி: ஸர்வஸ்யை வாச ஈஸானா சாரு மாமிஹ வாதயேத் | நகுல் வாக்தேவதாயை நம: (ஸ்வாஹா)

<u>नकुलीमनु</u> - ॐ ऐं ह्रीं श्रीं ओष्टापिधाना नकुली दन्तै: परिवृता: पवि:, सर्वस्य वाच ईशाना, चारु मामिह वादयेत् । नकुली वाग्देवतायै नम: (स्वाहा)

12. **புலிந்தினீமனு** - ஓம் ஐம் ஹ்ரீம் ஸ்ரீம் ஓம் ஈம் நமோ பகவதி ஸாரதா தேவ்யத்யந்தாமல போஜ்யம் தேஹி தேஹி ஆகச்ச ஆகச்ச ஆகந்துகம் ஹ்ருதி ஸம்ஸ்தம் கார்யம் ஸத்யம் ப்ரூஹி ப்ரூஹி புலிந்தினி ஈம் ஓம் (ஸ்வாஹா)

<u>पुलिन्दिनीमनु</u> - ॐ ऐं ह्रीं श्रीं ओं ई नमो भगवति शारदा देव्यत्त्यामल भोज्यं देहि देहि आगच्छ आगच्छ आगन्तुकं हृदि सम्स्तं कार्य सत्यं बृहि बृहि पुलिन्दिनि ई ओं (स्वाहा)

13. **ரேணுகாமனு** - ஓம் ஐம் ஹ்ரீம் ஸ்ரீம் க்லீம் நமோ பகவதி ரக்தபஞ்சமி ரேணுகாதேவி ஹன ஹன பச பச அகில ஜகன் மே வஸம் குரு குரு ஸ்வாஹா க்லீம் | ரேணுகாம்பாயை நம: (ஸ்வாஹா)

रेणुकामनु - ओं ऐं ह्रीं श्रीं क्लीं नमो भगवति रक्तपञ्चमि रेणुकादेवि हन हन पच पच अखिल जगन् मे वशं कुरु कुरु स्वाहा क्लीं । रेणुकाम्बायै नम: (स्वाहा)

14. **லக்ஷ்மீமனு** - ஓம் ஐம் ஹ்ரீம் ஸ்ரீம் ஓம் ஸ்ரீம் ஹ்ரீம் க்லீம் மஹாலக்ஷ்மீ ஏஹ்யேஹி ஸர்வஸௌபாக்யம் தேஹி மே (ஸ்வாஹா)

लक्ष्मीमनु - ओं ऐं ह्रीं श्रीं ओं श्रीं ह्रीं क्लीं महालक्ष्मी एह्योहि सर्व सौभाग्यं देहि मे (स्वाहा)

15. **வாகீஸாமனு** - ஓம் ஐம் ஹ்ரீம் ஸ்ரீம் ஸம் ஸரஸ்வத்யை நம: (ஸ்வாஹா)

वागीशा मनु - ओं ऐं ह्रीं श्रीं सं सरस्वत्यै नम: (स्वाहा)

16. **மாத்ருகாமனு** - ஓம் ஐம் ஹ்ரீம் ஸ்ரீம் ஓம் ஸ்ரீம் ஹ்ரீம் க்லீம் அம் ஆம் இம் ஈம் உம் ஊம் றும் றூம் லும் லூம் ஏம் ஐம் ஓம் ஒளம் அம் அ: கம் க்கம் கம் க்கம் ஙம் சம் ச்சம் ஜம் ஜ்ஜம் ஞும் டம் ட்டம் டம் ட்டம் ணம் தம் த்தம் தம் த்தம் நம் பம் ப்பம் பம் ப்பம் மம் யம் ரம் லம் வம் ஸம் ஷம் ஸம் ஹம் எம் க்ஷம் க்லீம் ஹ்ரீம் ஸ்ரீம் ஓம் மாத்ருகாம்பாயை நம: (ஸ்வாஹா)

मातृकामनु - ओं ऐं ह्रीं श्रीं ओं श्रीं ह्रीं क्लीं अं आं इं ईं उं ऊं ऋं ॠं लृं लॄं एं ऐं ओं औं अं अ: कं खं गं घं ङं चं छं जं झं ञं टं ठं डं ढं णं तं थं दं धं नं पं फं बं भं मं यं रं लं वं शं षं सं हं ळं क्षं क्लीं ह्रीं श्रीं ओं मातृकाम्बायै नम: (स्वाहा)

17. **ஸ்வயம்வராமனு** - ஓம் ஐம் ஹ்ரீம் ஸ்ரீம் ஓம் ஹ்ரீம் யோகினி யோகேஸ்வரி யோகாபயங்கரி ஸகல ஸ்தாவர ஜங்கம முக ஹ்ருதயம் மம வஸம் ஆகர்ஷய ஆகர்ஷய (ஸ்வாஹா)

स्वयम्वरामनु - ओं ऐं ह्रीं श्रीं ओं ह्रीं योगिनि योगेश्वरि योगा भयङ्करि सकल स्थावर जङ्गम मुख् हृदयं मम वशं आकर्षय आकर्षय (स्वाहा)

18. ஓம் ஐம் ஹ்ரீம் ஸ்ரீம் ஓம் வாமதேவாய நமோ ஜ்யேஷ்டாய நம: ஸ்ரேஷ்டாய நமோ ருத்ராய நம:, காலாய நம:, கலவிகரணாய நமோ, பலவிகரணாய நமோ, பலாய நமோ, பலப்ரமதனாய நம:, ஸர்வபூத தமனாய நமோ,

மனோன்மனாய நம: | அர்த மாத்ராகாராய திரோதான கர்த்ரே ஈஸ்வராய நம: (ஸ்வாஹா)

ॐ ऐं ह्रीं श्री ॐ वामदेवाय नमो ज्येष्ठाय नम: श्रेष्ठाय नमो रुद्राय नम:, कालाय नम:, कलविकरणाय नमो, बलविकरणाय नमो, बलाय नमो, बलमथनाय नम:, सर्वभूत दमनाय नमो मनोन्मनाय नम: । अर्ध मात्राकाराय तोरोधानकर्त्रे ईश्वराय नम: (स्वाहा)

19. ஓம் ஐம் ஹ்ரீம் ஸ்ரீம் ஹ்ஸ்க்ப்ரேம் மஹா சண்டயோகீஷ்வரீ காளிகே படட் | உத்தராம்னாய ஸமய வித்யேஸ்வரீ காளிகா தேவ்யம்பாயை நம: (ஸ்வாஹா)

ॐ ऐं ह्रीं श्री ॐ ऐं ह्रीं ह्स्क्ष्रें महा चण्ड योगीश्वरी कालिके फट् । उत्तराम्नाय समय विद्येश्वरी कालिका देव्यम्बायै नम: (स्वाहा)

ஓம் ஐம் ஹ்ரீம் ஸ்ரீம் ஐம் கஎஈலஹ்ரீம் க்லீம் ஹஸகஹலஹ்ரீம் ஸௌ: ஸகலஹ்ரீம் நவமுத்ரா பஞ்சவீராவளீ ஸஹிதாயை துர்யாம்பாதி ஸமய வித்யேஸ்வரீ பர்யந்த த்வி ஸஹஸ்ர தேவதா பரிஸேவிதாயை ஓட்யாண பீடஸ்திதாயை, உத்தராம்னாய ஸமஷ்டி ரூபிண்யை ஸ்ரீ மஹாத்ரிபுரஸுந்தர்யை நம: (ஸ்வாஹா)

ॐ ऐं ह्रीं श्री ऐं कऐईलह्रीं क्लीं हसकहलह्रीं सौ: सकलह्रीं नवमुद्रा, पङ्चवीरावेली, सहितायै तुर्यम्बादि समय विद्येश्वरी पर्यन्त द्विसहस्र देवता परिसेवितायै ओड्याण पीठस्तिथायै उत्तराम्नाय समष्टि रूपिण्यै श्री महात्रिपुरसुन्दर्यै नम: (स्वाहा)

*****

ஊர்த்வாம்னாயம் - ऊर्ध्वाम्नाय:

அம்ருதார்ணவ மத்யோத்யத் ஸ்வர்ண த்வீபே மனோரமே |
கல்பவ்ருக்ஷ வனாந்த: ஸ்தே நவமாணிக்ய மண்டபே ||

अमृतार्णव मध्योद्यत्स्वरण द्वीपे मनोरमे ।
कल्पवृक्ष वनान्त: स्थे नवमाणिक्य मण्डपे ॥

நவரத்னமய ஸ்ரீமத் ஸிம்ஹாஸன கதாம்புஜே ।
த்ரிகோணாந்த: ஸமாஸீனம் சந்த்ர ஸௌர்யாயுதப்ரபம் ॥

नवरत्नमय श्रीमत्सिम्हासन गताम्बुजे ।
त्रिकोणान्तः समासीनं चन्द्र सूर्यायुतप्रभम् ॥

அர்தாம்பிகா ஸமாயுக்தம் ப்ரவிபக்த விபூஷணம் ।
கோடி கந்தர்ப்ப லாவண்யம் ஸதா ஷோடஸௌவார்ஷிகம்

अर्धाम्बिका समायुक्तं प्रवभिक्त वभिूषणम् ।
कोटि कन्दरप लावण्यं सदा षोडश्वार्षकिम् ॥

மந்தஸ்மித முகாம்போஜம் த்ரிநேத்ரம் சந்த்ரஶேகரம் ।
திவ்யாம்பர ஸ்ரகாலேபம் திவ்யாபரண பூஷிதம் ॥

मन्दस्मति मुखाम्भोजं त्रनित्रं चन्द्रशेखरम् ।
दवि्याम्बर स्रगालेपं दवि्याभरण भूषतिम् ॥

பாணபாத்ரம் ச சின்முத்ராம் த்ரிஸூலம் புஸ்தகம் கரை:
வித்யா ஸம்ஸதி பிப்ராணம் ஸதானந்த முகேக்ஷணம்

पानपात्रं च चनिमुद्रां त्रशिूलं पुस्तकं करैः ।
वदिया सम्सदि पभ्रिाणं सदान्द मुखेक्षणम् ॥

மஹா ஷோடோதி தாஶேஷ தேவதா கண ஸேவிதம்
ஏவம் சித்தாம்புஜே த்யாயேதர்தநாரீஸ்வரம் ஶிவம் ॥

महा षोढोदि ताशेष देवता गण सेवतिम् ।
एवं चतिताम्बुजे ध्यायेदर्धनारीश्वरं शविम् ॥

பும்ரூபம் வா ஸ்மரேத்தேவீம் ஸ்த்ரீரூபம் வா விசிந்தயேத் ।
அதவா நிஷ்கலம் த்யாயேத் ஸச்சிதானந்த லக்ஷணம் ।
ஸர்வ தேஜோமயம் த்யாயேத் ஸசராஸரவிக்ரஹம் ॥

पुंरूपं वा समरेद्देवीं स्त्रीरूपं वा वचिनितयेत् ।
अथवा नषिकलं द्यायेत् सच्चदिानन्द लक्षणम् ।
सर्व तेजोमयं ध्यायेत् सचराचरवगिरहम् ॥

குரு மண்டலம் - गुरु मण्डलम्

1. **மாலினீ மந்த்ரம்** - ஓம் ஜம் ஹ்ரீம் ஸ்ரீம் ஜம்
ஹ்ரீம் ஸ்ரீம் அம் ஆம் இம் ஈம் உம் ஊம் றும்
றூம் லும் லூம் ஏம் ஐம் ஓம் ஔம் அம் அ: கம்
க்கம் கம் க்கம் ஙம் சம் ச்சம் ஜம் ஜ்ஜம் ஞும்
டம் ட்டம் டம் ட்டம் ணம் தம் த்தம் தம் த்தம்

நம் பம் ப்பம் பம் ப்பம் மம் யம் ரம் லம் வம் ஶம் ஷம் ஸம் ஹம் ளம் க்ஷம் ஶ்ரீம் ஹ்ரீம் ஐம் மாலின்யம்பாயை நம: (ஸ்வாஹா)

मालिनी मन्त्र: - ॐ ऐं ह्रीं श्रीं ऐं ह्रीं श्रीं अं आं इं ईं उं ऊं ऋं ॠं लृं लॄं एं ऐं ओं औं अं अः कं खं गं घं ङं चं छं जं झं ञं टं ठं डं ढं णं तं थं दं धं नं पं फं बं भं मं यं रं लं वं शं षं सं हं ळं क्षं श्रीं ह्रीं ऐं मालिन्यम्बायै नमः (स्वाहा)

2. **மந்த்ரராஜம்** - ஓம் ஜம் ஹ்ரீம் ஶ்ரீம் ஹ்ராம் ஹ்ரீம் ஹ்ரூம் பட் மந்த்ரராஜஶ்ரீயை நம: (ஸ்வாஹா)

मन्तराज: - ॐ ऐं ह्रीं श्रीं हां हीं हूं फट् मन्तराजश्रियै नमः (स्वाहा)

தேவதைகள் - देवता:

3. **பராஷோடஶீ** - ஓம் ஜம் ஹ்ரீம் ஶ்ரீம் ஶ்ரீம் ஸௌ: க்லீம் ஜம் ஹ்ரீம் ஶ்ரீம் ஹ்ரீம் ஓம் ஸகலஹ்ரீம் ஹஸகஹல ஹ்ரீம் கஏஈலஹ்ரீம் ஹ்ரீம் ஶ்ரீம் ஜம் க்லீம் ஸௌ: பராஷோடஶ்யம்பாயை நம: (ஸ்வாஹா)

पराषोडशी - ॐ ऐं ह्रीं श्रीं श्रीं सौः क्लीं ऐं ह्रीं श्रीं ह्रीं ॐ सकलह्रीं हसकहल ह्रीं कऐईलह्रीं ह्रीं श्रीं ऐं क्लीं सौः पराषोडशयम्बायै नमः (स्वाहा)

4. **பராபட்டாரிகாமனு** - ஓம் ஜம் ஹ்ரீம் ஶ்ரீம் ஸௌ; பராபட்டாரிகாம்பாயை நம: (ஸ்வாஹா)

परापभट्टारिकामनु - ॐ ऐं ह्रीं श्रीं सौः पराभट्टारिकाम्बायै नमः (स्वाहा)

5. **பராஶாம்பவமனு** - ஓம் ஜம் ஹ்ரீம் ஶ்ரீம் ஜம் ஹ்ரீம் ஶ்ரீம் ஹ்ஸ்க்ப்ரேம் ஹ்ஸௌ: அஹமஹம் அஹமஹம் ஹ்ஸௌ: ஹ்ஸ்க்ப்ரேம் ஶ்ரீம் ஹ்ரீம் ஜம் பராஶாம்பவஶ்ரீயை நம: (ஸ்வாஹா)

पराशाम्भवमनु - ॐ ऐं ह्रीं श्रीं ऐं ह्रीं श्रीं ह्स्ख्रें ह्सौः अहमह अहमहं ह्सौः ह्स्ख्रें श्रीं ह्रीं ऐं पराशाम्भवश्रियै नमः (स्वाहा)

125 பராாஶாம்பவீ - ஓம் ஐம் ஹ்ரீம் ஸ்ரீம் ஹ்ஸ்க்ப்ரேம் ஹ்ரீம் ஸௌ: ஸ்ரீம் ஹூம் | பராாஶாம்பவீயம்பாயை நம: (ஸ்வாஹா)

पराशाम्बवीमनु - ॐ ऐं ह्रीं श्रीं हस्ख्फ़ें ह्रीं सौ: श्रीं हुं । पराशाम्बवीयम्बायै नम: (स्वाहा)

7. ப்ரஸாத - प्रसाद:

   i. ஓம் ஐம் ஹ்ரீம் ஸ்ரீம் ஹ்ஸௌ: ப்ரஸாத பராம்பாயை நம: (ஸ்வாஹா)

ॐ ऐं ह्रीं श्रीं हसौ: प्रसाद परम्बायै नम: (स्वाहा)

   ii. ஓம் ஐம் ஹ்ரீம் ஸ்ரீம் ஸ்ஹௌ: கும் பரா ப்ரஸாத பராம்பாயை நம: (ஸ்வாஹா)

ॐ ऐं ह्रीं श्रीं हसौ: गुं परा प्रसाद परम्बायै नम: (स्वाहा)

8. தஹரம் - ஓம் ஐம் ஹ்ரீம் ஸ்ரீம் ஹம் ஸம் ரம் ஈம் தஹரவித்யாம்பாயை நம: (ஸ்வாஹா)

दहर: - ॐ ऐं ह्रीं श्रीं हं सं रं ई दहरविद्याम्बायै नम: (स्वाहा)

9. ஹம்ஸ: - ஓம் ஐம் ஹ்ரீம் ஸ்ரீம் ஹம்ஸ: ஹம்ஸஶ்ரீயை நம: (ஸ்வாஹா)

हंस: - ॐ ऐं ह्रीं श्रीं हंस: हंसश्रियै नम: (स्वाहा)

10. மஹாவாக்யம் - ஓம் ஐம் ஹ்ரீம் ஸ்ரீம் ப்ரஜ்ஞானம் ப்ரம்ம, அஹம் ப்ரஹ்மாஸ்மி, தத்வமஸி, அயமாத்மா ப்ரம்ம மஹாவக்யாம்பாயை நம: (ஸ்வாஹா)

महावाक्य: - ॐ ऐं ह्रीं श्रीं प्रज्ञानं ब्रह्म, अहं ब्रह्मास्मि, तत्वमसि, अयमात्मा ब्रह्म महावाक्याम्बायै नम: (स्वाहा)

11. பஞ்சாக்ஷரீ - पञ्चाक्षरी

   i. ஓம் ஐம் ஹ்ரீம் ஸ்ரீம் ஓம் நம: ஶிவாய | ஶிவ பஞ்சாக்ஷர்யம்பாயை நம: (ஸ்வாஹா)

ॐ ऐं ह्रीं श्रीं ॐ नम: शिवाय । शिव पञ्चाक्षर्यम्बायै नम: (स्वाहा)

   ii. ஓம் ஐம் ஹ்ரீம் ஸ்ரீம் ஓம் ஹ்ரீம் நம ஶிவாய| ஶக்தி பஞ்சாக்ஷர்யம்பாயை நம (ஸ்வாஹா)

ॐ ऐं ह्रीं श्रीं ॐ ह्रीं नम: शिवाय । शक्ति पञ्चाक्षर्यम्बायै नम: (स्वाहा)

12. <u>தாரகம்</u> - ஓம் ஐம் ஹ்ரீம் ஶ்ரீம் ஓம் ஹ்ரீம் தாரகஶ்ரீயை நம: (ஸ்வாஹா)

<u>तारक</u>: - ॐ ऐं ह्रीं श्रीं ॐ ह्रीं तारकश्रियै नम: (स्वाहा)

13. <u>ஈஶான</u> - ஓம் ஐம் ஹ்ரீம் ஶ்ரீம் ஈஶான: ஸர்வ வித்யானாமீஶ்வர: ஸர்வபூதானாம் ப்ரஹ்மாதிபதிர் ப்ரம்மணோதிபதிர் ப்ரஹ்மா ஶிவோ மே அஸ்து ஸதாஶிவோம் | மந்த்ராதீத ஸ்வரூபாயானுக்ரஹ கர்த்ரே ஸதாஶிவாய நம: (ஸ்வாஹா)

<u>ईशान</u>: - ॐ ऐं ह्रीं श्रीं ईशान: सर्व विद्यानामीश्वर: सर्वभूतानां ब्रह्माधिपतिर्ब्रह्मणोधिपति: ब्रह्मा शिवो मे अस्तु सदाशिवोम् । मन्त्रातीत स्वरूपायानुग्रह कर्त्रे सदाशिवाय नम: (स्वाहा)

14. ஓம் ஐம் ஹ்ரீம் ஶ்ரீம் மகபரயகச் மஹிசநடயங் கம்பர் | ஊர்த்வாம்னாய ஸமய வித்யேஶ்வர்யம்பாயை நம: (ஸ்வாஹா)

ॐ ऐं ह्रीं श्रीं मखपरयघच् महिचनड्यङ्गशंपर । ऊर्ध्वाम्नाय समय विध्येश्वर्यम्बायै नम: (स्वाहा)

15. ஓம் ஐம் ஹ்ரீம் ஶ்ரீம் ஐம் கஏஈலஹ்ரீம் க்லீம் ஹஸகஹலஹ்ரீம் ஸௌ: ஸகலஹ்ரீம் ஶ்ரீமன் மாலினி மந்த்ரராஜ குருமண்டல ஸஹிதாயை பராம்பாதி ஸமய வித்யேஶ்வரீ பர்யந்த அஶீதி ஸஹஸ்ர தேவதா பரிஸேவிதாயை ஶாம்பவ பீடஸ்திதாயை, ஊர்த்வாம்னாய ஸமஷ்டி ரூபிண்யை ஶ்ரீ மஹாத்ரிபுர ஸுந்தர்யை நம: (ஸ்வாஹா)

ॐ ऐं ह्रीं श्रीं ऐं कऍईलह्रीं क्लीं हसकहलह्रीं सौ: सकलह्रीं श्रीमन् मालिनि, मन्त्रराज गुरुमण्डल सहितायै परराम्बादि समय विद्येश्वरी पर्यन्त अशीति सहस्र देवता परिसेवितायै शाम्भव पीठस्तिथायै ऊर्ध्वाम्नाय समष्टि रूपिण्यै श्री महात्रिपुरसुन्दर्यै नम: (स्वाहा)

*****

குரு மண்டலம் - गुरु मण्डलम्

1. <u>மஹா பாதுகா</u> - ஓம் ஐம் ஹ்ரீம் ஸ்ரீம் ஐம் ஹ்ரீம் ஸ்ரீம் ஐம் க்லீம் ஸௌ: ஐம் க்லௌம் ஹ்ஸ்க்ப்ரேம் ஹஸக்ஷமல வரயூம் ஸஹக்ஷமல வரயீம் ஹ்ஸௌ: ஸ்ஹௌ: | ஸ்ரீ வித்யானந்த நாதாத்மக   சர்யானந்த   நாதாயை   நம: (ஸ்வாஹா)

<u>महापादुका</u> - ॐ ऐं ह्रीं श्रीं नम: ऐं ह्रीं श्रीं क्लीं सौ: ऐं ग्लौं ह्स्ख्रें हसक्षमल वरयूं सहक्षमल वरयीं ह्सौ: स्हौ: । श्री विद्यानन्द नाथात्मक चर्यानन्द नाथायै नम: (स्वाहा)

2. <u>ஸம்ப்ரதாய பாதுகா</u> - ஓம் ஐம் ஹ்ரீம் ஸ்ரீம் ஸ்ரீம் ஹ்ரீம் க்லீம் அம்ருத வர்ஷிணீ பாதுகா பரமேஸ்வரீ வெளஷட் (ஸ்வாஹா)

<u>संप्रदायपादुका</u> - ॐ ऐं ह्रीं श्रीं नम: श्रीं ह्रीं क्लीं अमृतवर्षिणी पादुका परमेश्वरी वौषट् (स्वाहा)

3. <u>காதி வித்யா குரு பரம்பரா</u> - कादिविद्या गुरु परम्परा

   i. ஓம் ஐம் ஹ்ரீம் ஸ்ரீம் பரப்ரகாஶானந்த நாதாய நம: (ஸ்வாஹா)

ॐ ऐं ह्रीं श्रीं परप्रकाशानन्द नाथाय नम: (स्वाहा)

   ii. ஓம் ஐம் ஹ்ரீம் ஸ்ரீம் பரஶிவானந்த நாதாய நம: (ஸ்வாஹா)

ॐ ऐं ह्रीं श्रीं परशिवाशानन्द नाथाय नम: (स्वाहा)

   iii. ஓம் ஐம் ஹ்ரீம் ஸ்ரீம் பராஶக்த்யம்பாயை நம: (ஸ்வாஹா)

ॐ ऐं ह्रीं श्रीं पराशक्तियम्बायै नम: (स्वाहा)

   iv. ஓம் ஐம் ஹ்ரீம் ஸ்ரீம் கௌலேஸ்வரானந்த நாதாய நம: (ஸ்வாஹா)

ॐ ऐं ह्रीं श्रीं कौलेश्वरानन्द नाथाय नम: (स्वाहा)

   v. ஓம் ஐம் ஹ்ரீம் ஸ்ரீம் ஶுக்ல தேவ்யம்பாயை நம: (ஸ்வாஹா)

ॐ ऐं ह्रीं श्रीं देव्यम्बायै नम: (स्वाहा)

vi.   ஓம் ஐம் ஹ்ரீம் ஸ்ரீம் குலேஸ்வரானந்த நாதாய நம: (ஸ்வாஹா)

ॐ ऐं ह्रीं श्रीं कुलेश्वरानन्द नाथाय नम: (स्वाहा)

vii.   ஓம் ஐம் ஹ்ரீம் ஸ்ரீம் காமேஸ்வர்யம்பாயை நம: (ஸ்வாஹா)

ॐ ऐं ह्रीं श्रीं कामेश्वर्यम्बायै नम: (स्वाहा)

viii.   ஓம் ஐம் ஹ்ரீம் ஸ்ரீம் போகானந்த நாதாய நம: (ஸ்வாஹா)

ॐ ऐं ह्रीं श्रीं भोगानन्द नाथाय नम: (स्वाहा)

ix.   ஓம் ஐம் ஹ்ரீம் ஸ்ரீம் க்லின்னானந்த நாதாய நம: (ஸ்வாஹா)

ॐ ऐं ह्रीं श्रीं क्लिन्नानन्द नाथाय नम: (स्वाहा)

x.   ஓம் ஐம் ஹ்ரீம் ஸ்ரீம் ஸமயானந்த நாதாய நம: (ஸ்வாஹா)

ॐ ऐं ह्रीं श्रीं समयानन्द नाथाय नम: (स्वाहा)

xi.   ஓம் ஐம் ஹ்ரீம் ஸ்ரீம் ஸஹஜானந்த நாதாய நம: (ஸ்வாஹா)

ॐ ऐं ह्रीं श्रीं सहजानन्द नाथाय नम: (स्वाहा)

xii.   ஓம் ஐம் ஹ்ரீம் ஸ்ரீம் ககனானந்த நாதாய நம: (ஸ்வாஹா)

ॐ ऐं ह्रीं श्रीं गगनानन्द नाथाय नम: (स्वाहा)

xiii.   ஓம் ஐம் ஹ்ரீம் ஸ்ரீம் விஸ்வானந்த நாதாய நம: (ஸ்வாஹா)

ॐ ऐं ह्रीं श्रीं विश्वानन्द नाथाय नम: (स्वाहा)

xiv.   ஓம் ஐம் ஹ்ரீம் ஸ்ரீம் விமலானந்த நாதாய நம: (ஸ்வாஹா)

ॐ ऐं ह्रीं श्रीं विमलानन्द नाथाय नम: (स्वाहा)

xv.   ஓம் ஐம் ஹ்ரீம் ஸ்ரீம் மதனானந்த நாதாய நம: (ஸ்வாஹா)

ॐ ऐं ह्रीं श्रीं मदनानन्द नाथाय नम: (स्वाहा)

xvi.   ஓம் ஐம் ஹ்ரீம் ஸ்ரீம் புவனானந்த நாதாய நம: (ஸ்வாஹா)

<u>ॐ ऐं ह्रीं श्रीं भुवनानन्द नाथाय नम: (स्वाहा)</u>

xvii. ஓம் ஐம் ஹ்ரீம் ஸ்ரீம் லீலாம்பாயை நம: (ஸ்வாஹா)

ॐ ऐं ह्रीं श्रीं लीलाम्बायै नम: (स्वाहा)

xviii. ஓம் ஐம் ஹ்ரீம் ஸ்ரீம் ஸ்வாத்மானந்த நாதாய நம: (ஸ்வாஹா)

ॐ ऐं ह्रीं श्रीं स्वात्मानन्द नाथाय नम: (स्वाहा)

xix. ஓம் ஐம் ஹ்ரீம் ஸ்ரீம் ப்ரியானந்த நாதாய நம: (ஸ்வாஹா)

ॐ ऐं ह्रीं श्रीं प्रियानन्द नाथाय नम: (स्वाहा)

4. காமராஜ சரணா: - कामराजचरणा:

i. ஓம் ஐம் ஹ்ரீம் ஸ்ரீம் ஐம் ஹ்ரீம் ஸ்ரீம் யோஹமஸ்மி ப்ரஹ்மாஹமஸ்மி அஹமஸ்மி ப்ரஹ்மாஹமஸ்மி ஸோஹம் | ஸ்வச்சப்ரகாஶ பரிபூர்ண பராபர மஹாப்ரகாஶ பரிபூர்ணானந்த நாதாய நம: (ஸ்வாஹா)

ॐ ऐं ह्रीं श्रीं ऐं ह्रीं श्रीं योहमस्मि ब्रह्माहमस्मि अहमस्मि ब्रह्माहमस्मि सोहम्। स्वच्छप्रकाश परिपूर्ण परापर महाप्रकाश परिपूर्णानन्द नाथाय नम: (स्वाहा)

ii. ஓம் ஐம் ஹ்ரீம் ஸ்ரீம் ஐம் கஏஈலஹ்ரீம் | ஹம்ஸ ரக்தசரண ஸ்ரீயை நம: (ஸ்வாஹா)

ॐ ऐं ह्रीं श्रीं ऐं कऐईलह्रीं । हंस रक्तचरण श्रियै नम: (स्वाहा)

iii. ஓம் ஐம் ஹ்ரீம் ஸ்ரீம் ஐம் கஏஈலஹ்ரீம் | ஹம்ஸ ரக்தசரணாம்பாயை நம: (ஸ்வாஹா)

ॐ ऐं ह्रीं श्रीं ऐं कऐईलह्रीं । हंस रक्तचरणांबायै श्रियै नम: (स्वाहा)

iv. ஓம் ஐம் ஹ்ரீம் ஸ்ரீம் க்லீம் கஸகஹலஹ்ரீம் | ஸோஹம் |
ஶுக்ல சரண ஸ்ரீயை நம: (ஸ்வாஹா)

ॐ ऐं ह्रीं श्रीं ऐं क्लीं कसकहलह्रीं । सोहम् । शुक्ल चरण श्रियै नम: (स्वाहा)

v.   ஓம் ஐம் ஹ்ரீம் ஶ்ரீம் க்லீம் கஸகஹலஹ்ரீம்
| ஸோஹம் |
ஶூக்ல சரணாம்பாயை நம: (ஸ்வாஹா)

ॐ ऐं ह्रीं श्रीं ऐं क्लीं कसकहलहीं । सोहम् । शुक्ल चरणाम्बायै नम:
(स्वाहा)

vi.   ஓம் ஐம் ஹ்ரீம் ஶ்ரீம் ஸௌ: ஸகலஶ்ரீம் |
ஹம்ஸ: ஸோஹம் |
மிஶ்ர சரண ஶ்ரீயை நம: (ஸ்வாஹா)

ॐ ऐं ह्रीं श्रीं ऐं सौ: सकलश्रीं । हंस: सोहम् । मिश्र चरण श्रियै नम:
(स्वाहा)

vii.   ஓம் ஐம் ஹ்ரீம் ஶ்ரீம் ஸௌ: ஸகலஶ்ரீம் |
ஹம்ஸ: ஸோஹம் |
மிஶ்ர சரணாம்பாயை நம: (ஸ்வாஹா)

ॐ ऐं ह्रीं श्रीं ऐं सौ: सकलश्रीं । हंस: सोहम् । मिश्र चरणाम्बायै नम:
(स्वाहा)

viii.   ஓம் ஐம் ஹ்ரீம் ஶ்ரீம் கஏஈலஹ்ரீம் க்லீம்
ஹாகஸகஹலஹ்ரீம்   ஸௌ:   ஸகலஶ்ரீம்|
ஹம்ஸ: ஸோஹம் |
நிர்வாண சரண ஶ்ரீயை நம: (ஸ்வாஹா)

ॐ ऐं ह्रीं श्रीं ऐं कऐईलहीं क्लीं हकसकहलहीं सौ: सकलश्रीम् । हंस सोहम्
। निर्वाण चरण श्रियै नम: (स्वाहा)

ix.   ஓம் ஐம் ஹ்ரீம் ஶ்ரீம் கஏஈலஹ்ரீம் க்லீம்
ஹாகஸகஹலஹ்ரீம் ஸௌ: ஸகலஶ்ரீம் |
ஹம்ஸ: ஸோஹம் |
நிர்வாண சரணாம்பாயை நம: (ஸ்வாஹா)

ॐ ऐं ह्रीं श्रीं ऐं कऐईलहीं क्लीं हकसकहलहीं सौ: सकलश्रीम् । हंस सोहम्
। निर्वाणाम्बायै नम: (स्वाहा)

தேவதைகள் - देवता:

5.   **பஞ்சாம்பா:** - पञ्चाम्बा:

i.   ஓம்   ஐம்   ஹ்ரீம்   ஶ்ரீம்   ஆதிநாத
வ்யோமாதீதாம்பாயை நம: (ஸ்வாஹா)

ॐ ऐं ह्रीं श्रीं आदिनाथ व्योमातीताम्बायै नम: (स्वाहा)

131 ii. ஓம் ஜம் ஹ்ரீம் ஸ்ரீம் ஆதிநாத
வ்யோமேஸ்வர்யம்பாயை நம: (ஸ்வாஹா)

ॐ ऐं ह्रीं श्रीं आदिनाथ व्योमेश्वर्यम्बायै नम: (स्वाहा)

iii. ஓம் ஜம் ஹ்ரீம் ஸ்ரீம் அனாமயானந்த நாத
வ்யோமகாம்பாயை நம: (ஸ்வாஹா)

ॐ ऐं ह्रीं श्रीं आदिनाथ व्योमगाम्बायै नम: (स्वाहा)

iv. ஓம் ஜம் ஹ்ரீம் ஸ்ரீம் அனந்தானந்த நாத
வ்யோம சாரிண்யம்பாயை நம: (ஸ்வாஹா)

ॐ ऐं ह्रीं श्रीं आदिनाथ चारिण्यम्बायै नम: (स्वाहा)

v. ஓம் ஜம் ஹ்ரீம் ஸ்ரீம் சிதாபாஸ
வ்யோமஸ்தம்பாயை நம: (ஸ்வாஹா)

ॐ ऐं ह्रीं श्रीं आदिनाथ व्योमस्तम्बायै नम: (स्वाहा)

6. **நவநாதா மந்திரங்கள்** - नवनाथा मन्त्रा:

i. ஓம் ஜம் ஹ்ரீம் ஸ்ரீம் ஹம் உன்மன
யாகாஸானந்த நாதாய நம: (ஸ்வாஹா)

ॐ ऐं ह्रीं श्रीं हं उन्मन्याकाशानन्द नाथाय नम: (स्वाहा)

ii. ஓம் ஜம் ஹ்ரீம் ஸ்ரீம் ஸம் ஸமாகாஸானந்த
நாதாய நம: (ஸ்வாஹா)

ॐ ऐं ह्रीं श्रीं सं समाकाशानन्द नाथाय नम: (स्वाहा)

iii. ஓம் ஜம் ஹ்ரீம் ஸ்ரீம் க்ஷம்
வ்யாபகாகாஸானந்த நாதாய நம: (ஸ்வாஹா)

ॐ ऐं ह्रीं श्रीं क्षं व्यापकाकाशानन्द नाथाय नम: (स्वाहा)

iv. ஓம் ஜம் ஹ்ரீம் ஸ்ரீம் மம் ஸக்த்யாகாஸானந்த
நாதாய நம: (ஸ்வாஹா)

ॐ ऐं ह्रीं श्रीं मं शक्त्याकाशानन्द नाथाय नम: (स्वाहा)

v. ஓம் ஜம் ஹ்ரீம் ஸ்ரீம் லம்
த்வண்யாகாஸானந்த நாதாய நம: (ஸ்வாஹா)

ॐ ऐं ह्रीं श्रीं लं ध्वन्याकाशानन्द नाथाय नम: (स्वाहा)

vi. ஓம் ஜம் ஹ்ரீம் ஸ்ரீம் வம் த்வனி
மாத்ராகாஸானந்த நாதாய நம: (ஸ்வாஹா)

ॐ ऐं ह्रीं श्रीं ध्वनि मात्राकाशानन्द नाथाय नम: (स्वाहा)

vii. ஓம் ஜம் ஹ்ரீம் ஸ்ரீம் ரம் இந்த்ராகாஶானந்த நாதாய நம: (ஸ்வாஹா)

ॐ ऐं ह्रीं श्रीं रं इन्द्राकाशानन्द नाथाय नम: (स्वाहा)

viii. ஓம் ஜம் ஹ்ரீம் ஸ்ரீம் யம் சிதாகாஶானந்த நாதாய நம: (ஸ்வாஹா)

ॐ ऐं ह्रीं श्रीं यं चिदाकाशानन्द नाथाय नम: (स्वाहा)

ix. ஓம் ஜம் ஹ்ரீம் ஸ்ரீம் ஊம் வ்யஸ்தாகாஶானந்த நாதாய நம: (ஸ்வாஹா)

ॐ ऐं ह्रीं श्रीं ऊं व्यवस्ताकाशानन्द नाथाय नम: (स्वाहा)

x. ஓம் ஜம் ஹ்ரீம் ஸ்ரீம் ஹஸக்ஷமல வரயூம் ஸமஸ்தாகாஶானந்த நாதாய நம: (ஸ்வாஹா)

ॐ ऐं ह्रीं श्रीं हसक्षमल वरयूं समस्ताकाशानन्द नाथाय नम: (स्वाहा)

7. மூல வித்யா - मूलविद्या:

i. ஓம் ஜம் ஹ்ரீம் ஸ்ரீம் ஹ்ரீம் ஸ்வச்சப்ரகாஶ பரிபூர்ண பராபர மஹாஸித்த வித்யா குலயோகினீ ஹ்ரீம் | ஹ்ரீம் மூல வித்யாம்பாயை நம: (ஸ்வாஹா)

ॐ ऐं ह्रीं श्रीं ह्रीं स्वच्चप्रकाश परिपूर्ण परापर महासिद्ध विद्या कुलयोगिनी ह्रीं ।
ह्रीं मूल विद्याम्बायै नम: (स्वाहा)

ii. ஓம் ஜம் ஹ்ரீம் ஸ்ரீம் ஹ்ஸௌ: ஸ்வாத்மானம் போதய போதய ஸ்ஹௌ: | ப்ராஸாதபரா மூல வித்யாம்பாயை நம: (ஸ்வாஹா)

ॐ ऐं ह्रीं श्रीं हसौ: स्वात्मानं बोधय बोधय स्हौ: । प्रासादपर मूल विद्याम्बायै नम: (स्वाहा)

iii. ஓம் ஜம் ஹ்ரீம் ஸ்ரீம் ஜம் ப்லூம் க்லின்னே க்லேதினி மஹாமததரவே க்லீம் க்லேதய க்லாம் க்லீம் மோஹய மோஹய க்லீம் நம: அதிரஹஸ்ய யோகினி மூல வித்யாம்பாயை நம: (ஸ்வாஹா)

ॐ ऐं ह्रीं श्रीं ऐं ब्लूं क्लिन्ने क्लेदिनि महामदद्रवे क्लीं क्लेदय क्लां क्लीं मोहय मोहय क्लीं नम: अतिरहस्य योगिनि मूल विद्याम्बायै नम: (स्वाहा)

iv. ஓம் ஜம் ஹ்ரீம் ஶ்ரீம் ஹம்ஸ: ஸ்வச்சப்ரகாஶ பரிபூர்ணானந்த பரமஹம்ஸ பரமஹாத்மனே ஸ்வாஹா ஹ்ஸௌ: ஹ்ஸ்க்ஷ்ம்ர்யும் | ஶாம்பவீ மூல வித்யாம்பாயை நம: (ஸ்வாஹா)

ॐ ऐं ह्रीं श्रीं हंस: स्वच्छप्रकाश परिपूर्णानिन्द परमहम्स परमहात्मने स्वाहा ह्सौ: ह्स्क्ष्म्र्युं । शाम्बवी मूल विद्याम्बायै नम: (स्वाहा)

v. ஓம் ஜம் ஹ்ரீம் ஶ்ரீம் நித்யஸ்புரண சைதன்யானந்தமயீ மஹா பிந்து வ்யாபக மாத்ருகா ஸ்வரூபிணி ஜம் ஹ்ரீம் ஶ்ரீம் ஈம் | ஹ்ருல்லேகா மூல வித்யாம்பாயை நம: (ஸ்வாஹா)

ॐ ऐं ह्रीं श्री नित्यस्पुरण चैतन्यानन्दमयी महा बिन्दु व्यापक मात्रुका स्वरूपिणि ऐं ह्रीं श्रीं ई । ह्ल्लेका मूल विद्याम्बायै नम: (स्वाहा)

vi. ஓம் ஜம் ஹ்ரீம் ஶ்ரீம் ஜம் ஹ்ரீம் ஶ்ரீம் ஸ்வச்சப்ரகாஶாத்மிகே ஹ்ரீம் குலமஹா மாலினி ஜம் குல மஹாமாத்ருகே ஹ்ரீம் ஜம் ஸமய விமலே ஶ்ரீம் | ஸமய விமலா மூல வித்யாம்பாயை நம: (ஸ்வாஹா)

ॐ ऐं ह्रीं श्रीं ऐं ह्रीं श्रीं स्वच्छप्रकाशात्मिके ह्रीं कुलमहा मालिनि ऐं कुल महामतृके ह्रीं ऐं समय विमले श्रीं । समय विमला मूल विद्याम्बायै

नम: (स्वाहा)

vii. ஓம் ஜம் ஹ்ரீம் ஶ்ரீம் ஹம்ஸ: ஸ்வச்சப்ரகாஶ பரிபூர்ண பராபர மஹா ப்ரகாஶாத்மிகே குலகுண்டலினி ஆஜ்ஞா சித்தி மஹா பைரவி ஆத்மானம் போதய போதய அம்பே பகவதி ஹ்ரீம் ஹும் | பரபோதினீ மூல வித்யாம்பாயை நம: (ஸ்வாஹா)

ॐ ऐं ह्रीं श्रीं हंस: स्वच्छप्रकाश परिपूर्ण परापर महा प्रकाशात्मिके कुलकुण्डलिनि आज्ञा सिद्धि महाभैरवि आत्मानं बोधय बोधय अम्बे भगवति ह्रीं हुं । परबोदिनी मूल विद्याम्बायै नम: (स्वाहा)

viii. ஓம் ஐம் ஹ்ரீம் ஶ்ரீம் ஓம் மோக்ஷம் குரு குரு | கெளல பஞ்சாக்ஷரீ மூல வித்யாம்பாயை நம: (ஸ்வாஹா)

ॐ ऐं ह्रीं श्रीं ॐ मोक्षं कुरु कुरु । कौल पञ्चाक्षरी मूल विद्याम्बायै नम: (स्वाहा)

ix. ஓம் ஐம் ஹ்ரீம் ஶ்ரீம் ஹஸகலஹ்ரீம், ஹஸகஹலஹ்ரீம் ஸகலஹ்ரீம் | சைதன்ய மூல வித்யாம்பாயை நம: (ஸ்வாஹா)

ॐ ऐं ह्रीं श्रीं हसकलह्रीं, हसकहलह्रीं सकलह्रीं । चैतन्य मूल विद्याम्बायै नम: (स्वाहा)

x. ஓம் ஐம் ஹ்ரீம் ஶ்ரீம் ஐம் ஶுத்த ஸௌக்ஷ்ம நிராகார நிர்விகல்ப பரப்ரஹ்மஸ்வரூபிணி க்லீம் பரமானந்த ஶக்தி: ஸௌ:| ஶாம்பவானந்த நாதானுத்தர கெளலினீ மூல வித்யாம்பாயை நம: (ஸ்வாஹா)

ॐ ऐं ह्रीं श्रीं ऐं शुद्ध सूक्ष्म निराकार निर्विकल्प परब्रह्म स्वरूपिणि क्लीं परमानन्द शक्ति: सौ: । शाम्बवानन्द नाथानुत्तर कौलिनी मूल विद्याम्बायै नम: (स्वाहा)

xi. ஓம் ஐம் ஹ்ரீம் ஶ்ரீம் ஹம்ஸஸ்ஸோஹம் ஸ்வச்சானந்த பரமஹம்ஸ பரமாத்மனே நம: | குருத்தம விமர்ஶினீ மூல வித்யாம்பாயை நம: (ஸ்வாஹா)

ॐ ऐं ह्रीं श्रीं हम्स: सोहं स्वच्छानन्द परमहम्स परमात्मने नम: । गुरूत्तम विमर्शिनी मूल विद्याम्बायै नम: (स्वाहा)

xii. ஓம் ஐம் ஹ்ரீம் ஶ்ரீம் அனாமாக்ய வ்யோமாதீதானந்த நாத பராபர வ்யோமாதீத வ்யோமேஶ்வர்யம்பாயை நம: | அனாமாக்ய மூல வித்யாம்பாயை நம: (ஸ்வாஹா)

ॐ ऐं ह्रीं श्रीं अनामख्य व्योमातीतानन्द नाथ परापर व्योमातीत व्योमेश्वर्यम्बायै नम: । अनामख्य मूल विद्याम्बायै नम: (स्वाहा)

135

xiii. ஓம் ஐம் ஹ்ரீம் ஸ்ரீம் ஐம் ஈம் ஊம் ।
ஸங்கேத ஸார மூல வித்யாம்பாயை நம:
(ஸ்வாஹா)

ॐ ऐं ह्रीं श्रीं ऐं ई ऊं । सङ्केत सार मूल विद्याम्बायै नम: (स्वाहा)

xiv. ஓம் ஐம் ஹ்ரீம் ஸ்ரீம் ஹ்ரீம் பகவதி விச்சே
வாக்வாதினி க்லீம் மஹா ஹ்ருதய
மாதங்கினி ஐம் க்லின்னே ப்லூம் ஸ்த்ரீம் ।
அனுத்தர வாக்வாதினீ மூல வித்யாம்பாயை
நம: (ஸ்வாஹா)

ॐ ऐं ह्रीं श्रीं ह्रीं भगवति विच्चे वाग्वादिनि क्लीं महा हृदय मातङ्गिनि
ऐं क्लिन्ने ब्लूं स्त्रीम् । अनुत्तर वाग्वादिनी मूल विद्याम्बायै नम: (स्वाहा)

8. **பஞ்சதஶீ வித்யா** - ஓம் ஐம் ஹ்ரீம் ஸ்ரீம்
ஹஸகலஹ்ரீம், ஹஸகஹலஹ்ரீம்
ஸகலஹ்ரீம்। பஞ்சதஶீ ப்ரஹ்ம வித்யாம்பாயை
நம: (ஸ்வாஹா)

पञ्चदशी विद्या - ॐ ऐं ह्रीं श्रीं हसकलहीं, हसकहलहीं सकलहीं ।
पञ्चदशी ब्रह्म विद्याम्बायै नम: (स्वाहा)

9. **மஹாஷோடஶீ வித்யா** - ஓம் ஐம் ஹ்ரீம் ஸ்ரீம்
ஸ்ரீம் ஹ்ரீம் க்லீம் ஐம் ஸௌ: ஓம் ஹ்ரீம் ஸ்ரீம்
ஹஸகலஹ்ரீம், ஹஸகஹலஹ்ரீம்
ஸகலஹ்ரீம் ஸௌ: ஐம் க்லீம் ஹ்ரீம் ஸ்ரீம்
மஹாஷோடஶ்யம்பாயை நம: (ஸ்வாஹா)

महाषोढशी विद्या - ॐ ऐं ह्रीं श्रीं श्रीं ह्रीं ह्रीं जं सौ: ॐ ह्रीं श्रीं हसकलहीं,
हसकहलहीं, सकलहीं सौ: ऐं क्लीं ह्रीं श्रीं महाषोढशी विद्याम्बायै नम: (स्वाहा)

10. **பூர்திவித்யா** - ஓம் ஐம் ஹ்ரீம் ஸ்ரீம் ஹஸகல
ஹஸகஹல ஸகலஹ்ரீம் ஸர்வானந்தமய
பைந்தவ சக்ரே பரப்ரஹ்மஸ்வரூபிணி, பராம்ருத
ஶக்தி, ஸர்வ மந்த்ரேஶ்வரீ, ஸர்வ யந்த்ரேஶ்வரீ,
ஸர்வ தந்த்ரேஶ்வரீ, ஸர்வ வீரேஷ்வரீ, ஸர்வ
யோகீஶ்வரீ, ஸகல ஜகத் அதிஷ்டான
தேவதாயை ஸ்ரீ மஹா பூர்தி வித்யாயை நம: ।
ஸ்ரீ மஹா பூர்தி வித்யாம்பாயை நம: (ஸ்வாஹா)

पूर्ति विद्या - ॐ ऐं ह्रीं श्रीं हसकल, हसकहल, सकलहीं, सर्वानन्दमय भैन्दव
चक्रे परब्रह्मस्वरूपिणी, परामृत शक्ति, सर्व मन्त्रेश्वरी, सर्व यन्त्रेश्वरी, सर्व

तन्त्रेश्वरी, सर्व वीरेश्वरी, सर्व योगीश्वरी, सकल जगत् अधिष्ठान देवतायै श्री महा पूर्ति विद्याम्बायै नम: (स्वाहा)

11. **ஷடாதாரவித்யா - षडाधारविद्या**

   i. ஓம் ஐம் ஹ்ரீம் ஸ்ரீம் ஸாம் - ஹம்ஸ: மூலாதாராதிஷ்டான தேவதாயை ஸாகினீ ஸஹித கணநாத ஸ்வரூபிண்யை நம:| கணநாத ஸ்வரூபிண்யம்பாயை நம: (ஸ்வாஹா)

ओं ऐं ह्रीं श्रीं सां - हम्स: मूलाधाराधिष्ठान देवतायै साकिनी सहित गणनाथ स्वरूपिण्यै नम: । गणनाथ स्वरूपिण्यम्बायै नम: (स्वाहा)

   ii. ஓம் ஐம் ஹ்ரீம் ஸ்ரீம் காம் - ஸோஹம் ஸ்வாதிஷ்டான அதிஷ்டான தேவதாயை காகினீ ஸஹித ப்ரஹ்ம ஸ்வரூபிண்யை நம: | ப்ரஹ்ம ஸ்வரூபிண்யம்பாயை நம: (ஸ்வாஹா)

ओं ऐं ह्रीं श्रीं कां - सोहं स्वाधिष्ठान अधिष्ठान देवतायै काकिनी सहित ब्रह्म स्वरूपिण्यम्बायै नम: (स्वाहा)

   iii. ஓம் ஐம் ஹ்ரீம் ஸ்ரீம் லாம் - ஹம்ஸ: ஸோஹம் மணிபூரக அதிஷ்டான தேவதாயை லாகினீ ஸஹித விஷ்ணு ஸ்வரூபிண்யை நம:| விஷ்ணு ஸ்வரூபிண்யம்பாயை நம: (ஸ்வாஹா)

ओं ऐं ह्रीं श्रीं लां - हंस: सोहं मणिपूरक अधिष्ठान देवतायै लाकिनी सहित विष्णु स्वरूपिण्यम्बायै नम: (स्वाहा)

   iv. ஓம் ஐம் ஹ்ரீம் ஸ்ரீம் ராம் - ஹம்ஸம் ஶிவஸ்ஸோஹம் அனாஹத அதிஷ்டான தேவதாயை ராகிணீ ஸஹித ஸதாஶிவ ஸ்வரூபிண்யை நம: | ஸதாஶிவ ஸ்வரூபிண்யம்பாயை நம: (ஸ்வாஹா)

ओं ऐं ह्रीं श्रीं रां - हंस: शिवस्सोहं अनाहत अधिष्ठान देवतायै राकिनी सहित सदाशिव स्वरूपिण्यम्बायै नम: (स्वाहा)

   v. ஓம் ஐம் ஹ்ரீம் ஸ்ரீம் டாம் - ஸோஹம் ஹம்ஸஸ்ஶிவ விஶுத்தி அதிஷ்டான தேவதாயை டாகினீ ஸஹித ஜீவேஶ்வர

137 ஸ்வரூபிண்யை நம: | ஜீவேஸ்வர
ஸ்வரூபிண்யம்பாயை நம: (ஸ்வாஹா)

ॐ ऐं ह्रीं श्रीं डां - सोहं हंसशिव विशुद्धि अधिष्ठान देवतायै डाकिनी सहित जीवेश्वर स्वरूपिण्यै नम: । जीवेश्वर स्वरूपिण्यम्बायै नम: (स्वाहा)

vi. ஓம் ஐம் ஹ்ரீம் ஸ்ரீம் ஹாம் -
ஹம்ஸஃஸிவஸ்ஸோஹாம் ஆஜ்ஞா
அதிஷ்டான தேவதாயை ஹாகினீ ஸஹித
பரமாத்ம ஸ்வரூபிண்யை நம: | பரமாத்ம
ஸ்வரூபிண்யம்பாயை நம: (ஸ்வாஹா)

ॐ ऐं ह्रीं श्रीं हां - हंसशिव सोहं आज्ञा अधिष्ठान देवतायै हाकिनी सहित परमात्म स्वरूपिण्यै नम: । परमात्म स्वरूपिण्यम्बायै नम: (स्वाहा)

12. (i) ஓம் ஐம் ஹ்ரீம் ஸ்ரீம் ஐம் க்லீம் ஸௌ: ஸ்ரீம்
ஹ்ரீம் க்லீம் கஏஈலஹ்ரீம் ஹஸகஹலஹ்ரீம்
ஸகலஹ்ரீம் ஸகஹலஹ்ரீம்
ஹஸகஹலஹ்ரீம் ஸகலஹ்ரீம் ஹஸகல
ஹஸகஹல ஸகல ஹ்ரீம் க்லீம் ஹ்ரீம் ஸ்ரீம்
ஸ்ரீம் ஸௌ: க்லீம் ஸ்ரீம் ஹ்ரீம் ஐம் ப்ரகாஶ
ஸரணாப்யாம் நம: | ப்ரகாஶ ஸரண ஸ்ரீயை நம:
(ஸ்வாஹா)

ॐ ऐं ह्रीं श्रीं ऐं क्लीं सौ: श्रीं ह्रीं क्लीं कऎईलह्रीं हसकहलह्रीं सकलह्रीं

सकहलह्रीं हसकहलह्रीं सकलह्रीं हसकल हसकहल सकल ह्रीं क्लीं ह्रीं

श्रीं श्रीं सौ: क्लीं श्रीं ह्रीं ऐं प्रकाश चरणाब्यां नम: । प्रकाश चरण श्रियै

नम: (स्वाहा)

(ii) ஓம் ஐம் ஹ்ரீம் ஸ்ரீம் ஐம் க்லீம் ஸௌ: ஸ்ரீம்
ஹ்ரீம் க்லீம் கஏஈலஹ்ரீம் ஹஸகஹலஹ்ரீம்
ஸகலஹ்ரீம் ஸகஹலஹ்ரீம் ஸகலஹ்ரீம்
ஹஸகல ஹஸகஹல ஸகல ஹ்ரீம் க்லீம்
ஹ்ரீம் ஸ்ரீம் ஸ்ரீம் ஸௌ: க்லீம் ஸ்ரீம் ஹ்ரீம் ஐம்
விமர்ஶ ஸரணாப்யாம் நம: | விமர்ஶ ஸரண
ஸ்ரீயை நம: (ஸ்வாஹா)

ॐ ऐं ह्रीं श्रीं ऐं क्लीं सौ: श्रीं ह्रीं क्लीं कऎईलह्रीं हसकहलह्रीं सकलह्रीं

सकहलह्रीं हसकहलह्रीं सकलह्रीं हसकल हसकहल सकल ह्रीं क्लीं ह्रीं

श्रीं श्रीं सौ: क्लीं श्रीं ह्रीं ऐं विमर्श चरणाब्यां नम: । विमर्श चरण श्रियै

नम: (स्वाहा)

13. ஓம் ஐம் ஹ்ரீம் ஸ்ரீம் பகவதி விச்சே
மஹாமாயே மாதங்கினி ப்லூம் அனுத்தர
வாக்வாதினி ஹ்ஸ்க்ப்ரேம் - ஹ்ஸ்க்ப்ரேம் -
ஹ்ஸ்ரௌ: | அனுத்தர ஶாங்கர்யம்பாயை நம:
(ஸ்வாஹா)

ॐ ऐं ह्रीं श्रीं भगवति विच्चे महामाये मातङ्गिनि ब्लूं अन्तर वाग्वादिनि
ह्स्ख्रें - ह्स्ख्रें - ह्स्रौ: । अनुत्तर शाङ्कर्यम्बायै नम: (स्वाहा)

14. ஓம் ஐம் ஹ்ரீம் ஸ்ரீம் கஏஈலஹ்ரீம்
ஹஸகஹலஹ்ரீம் ஸகலஹ்ரீம்
பரிபூர்ணானந்த நாதாதி நவநாத ஸஹிதாயை
சதுர்தஶ மூலவித்யாதி அனுத்தர ஶாங்கர்ய
அனந்த தேவதா பரிஸேவிதாயை
அனுத்தராம்னாய ஸமஷ்டி ரூபிண்யை ஸ்ரீ
மஹாத்ரிபுரஸுந்தர்யை நம: | ஸ்ரீ
மஹாத்ரிபுரஸுந்தரீ பராபட்டாரிகா ஸ்ரீயை நம:
(ஸ்வாஹா)

ॐ ऐं ह्रीं श्रीं ऐं कऎईलह्रीं हसकहलह्रीं सकलह्रीं परिपूर्णानन्द नाथादि नवनाथ
सहितायै चतुर्दश मूल विद्यादि अनुत्तर शाङ्कर्य अनन्त देवता परिसेवितायै
अनुत्तराम्नाय समष्टि रूपिण्यै श्री महात्रिपुरसुन्दरी पराभट्टारिका श्रियै नम:
(स्वाहा)

*****

ஸ்ரீ தத்தாத்ரேய மந்திரங்கள் -
दत्तात्रेय मन्त्रा:

ஸ்ரீ **தத்தாத்ரேயர்**, **ஆதிகுரு** என்று அனைவராலும் கொண்டாடப் படுபவர். **ப்ரஹ்மா**, விஷ்ணு, மஹேஸ்வரன் என்ற மும்மூர்த்திகளின் மூன்று முகங்களுடன் காட்சியளிக்கும் **பகவான்** ஸ்ரீ **தத்தாத்ரேயர்**, ஸ்ருஷ்டி, ஸ்திதி, ஸம்ஹாரம் என்ற முத்தொழிலுக்கும் மூலமான பரப்ரஹ்மம் ஒன்றே என்பதை உணர்த்துகிறார். அவர் தனது ஆறு கைகளிலும் ஏந்தியிருக்கும் ஆயுதங்கள் ஒவ்வொன்றும் ஒரு உயர்ந்த தத்துவத்தை நமக்கு உபதேசிக்கின்றன.

ப்ரஹ்மாவின் அம்சமான இரு கைகள் அக்ஷமாலையையும் கமண்டலத்தையும் தாங்கியுள்ளன. அவை தவத்தையும், தவத்தின் பயனாக விளையும் ஞானாம்ருதத்தையும் குறிக்கின்றன.

ஸ்ரீவிஷ்ணுவின் அம்சமான இரு கைகளிலும் சங்கும், சக்கரமும் உள்ளன. ப்ரணவம் என்ற சப்த **ப்ரஹ்மத்தை** குறிக்கின்றது சங்கு. என்றும் அழிவும், மாற்றமும் இல்லாத காலச்சக்கரத்தின் வடிவம் சக்கரம்.

மஹேஸ்வரனின் அம்சமான இரு கைகளில் த்ரிசூலமும், டமருகமும் உள்ளன. அஹங்காரம் போன்ற மும்மலங்களையும் அழிக்கும் ஆயுதம் த்ரிசூலம். அஞ்ஞான மயக்கத்தில் ஆழ்ந்த உறக்கத்தில் கிடக்கும் ஜீவாத்மாக்களை தன் ஓசையால் தட்டி எழுப்புவது டமருகம்.

இவ்வாறான மும்மூர்த்தி ஸ்வரூபமான **தத்தாரேய** **பகவான்** அவ**தூத** ஸன்யாஸ **குரு** பரம்பரைக்கு ஆதி **குருவாகக்** கருதப் படுபவர். அவரது மந்திரங்கள் அனைவருக்கும் அனைத்து நலங்களையும் வாரி வழங்க வல்லன.

　　　ஸ்ரீ **தத்தாத்ரேய** மந்திரங்கள் - श्री दत्तात्रेय मन्त्रा:

1. ஸ்ரீ **தத்தாத்ரேய ஷடாக்ஷரீ** மந்திரம் –
　　श्री दत्तात्रेय षडाक्षरी मन्त्र:
ஓம் ஸ்ரீம் ஹ்ரீம் க்லீம் **க்லௌம்** **த்ராம்** –

श्री हरी क्लीं ग्लौं द्रां

2. ஸ்ரீ **தத்தாத்ரேய அஷ்டாக்ஷரீ** மந்த்ர: -
श्री दत्तात्रेय अष्टाक्षरी मन्त्रः

ஓம் **த்ராம் தத்தாத்ரேயாய** நம: - ॐ द्रां दत्तात्रेयाय नमः

3. ஸ்ரீ **தத்தாத்ரேய த்வாதஶாக்ஷரீ** மந்த்ர: -
श्री दत्तात्रेय द्वादशाक्षरी मन्त्रः

ஓம் ஆம் ஹ்ரீம் க்ரோம் ஏஹ்யேஹி **தத்தாத்ரேயாய**
ஸ்வாஹா -

ॐ आं ह्रीं क्रों एह्येहि दत्तात्रेयाय नमः

4. ஸ்ரீ **தத்தாத்ரேய ஷோடஶாக்ஷரீ** மந்த்ர: -
श्री दत्तात्रेय षोडशाक्षरी मन्त्रः

ஓம் ஐம் க்ரோம் க்லீம் க்லூம் ஹ்ராம் ஹ்ரீம் ஹ்ரூம்
ஸௌ: **தத்தாத்ரேயாய** ஸ்வாஹா -
ॐ ऐं क्रों क्लीं क्लूं ह्रां ह्रीं ह्रूं सौः दत्तात्रेयाय स्वाहा

5. ஸ்ரீ **தத்தாத்ரேய மாலா** மந்த்ர: - श्री दत्तात्रेय माला
मन्त्रः

ஓம் நமோ **பகவதே தத்தாத்ரேயாய**, ஸ்மரணமாத்ர
ஸந்துஷ்டாய, மஹாபய நிவாரணாய,
மஹாஞானப்ரதாய, சிதானந்தாத்மனே,
பாலோன்மத்த பிஶாச வேஷாய, மஹாயோகினே,
அவ**தூ**தாய, அனஸூயா நந்தவர்தனாய, அத்ரிபுத்ராய,
ஸர்வகாம பல ப்ரதாய, ஓம் **பவ பந்த** விமோசனாய,
ஆம் அஸாத்ய ஸாதனாய, ஹ்ரீம் ஸகல விபூதிதாய,
க்ரோம் ஸாத்யாகர்ஷணாய, ஐம் வாக்ப்ரதாய,
க்லீம் ஜகத்ரய வஸீகரணாய, ஸௌ: ஸர்வமன:
ஸம்க்ஷோபணாய, ஸ்ரீம் மஹா ஸம்பத் ப்ரதாய,
க்லௌம் **பூமண்டலாதிபத்யப்ரதாய,**
த்ராம் சிரஞ்சீவினே, வஷட் வஸீகுரு வஸீகுரு,
வெளஷட் ஆகர்ஷய ஆகர்ஷய, ஹூம் வித்வேஷய
வித்வேஷய, பட் உச்சாடய உச்சாடய, ட: ட:
ஸ்தம்பய ஸ்தம்பய, கேம் கேம் மாரய மாரய,
நம: ஸம்பன்னாய நம: ஸம்பன்னாய, ஸ்வாஹா
போஷய போஷய, **தாரித்ரயம்** வித்ராவய வித்ராவய,

தேஹம் போஷய போஷய, பர மந்த்ர யந்த்ர தந்த்ராணி **சிந்தி சிந்தி**, க்ரஹான் நிவாரய நிவாரய, வ்யாதீன் நாஷய நாஷய, **துக்கம் ஹர ஹர**, சித்தம் **தோஷய தோஷய**, ஸர்வ மந்த்ர ஸ்வரூபாய, ஸர்வ தந்த்ர ஸ்வரூபாய, ஸர்வ யந்த்ர ஸ்வரூபாய, ஓம் நமோ யோகினே மஹாஸி**த்திதாய** ஸ்வாஹா

ॐ नमो भगवते दत्तात्रेयाय, स्मरणमात्र संतुष्टाय, महाभय निवारणाय, महाज्ञानप्रदाय, चिदानन्दात्मने, बालोन्मत्त पिशाच वेषाय, महायोगिने, अवधूताय, अनसुया नन्द वर्धनाय, अत्रिपुत्राय, सर्वकाम फल प्रदाय, ॐ भवबन्ध विमोचनाय, आं असाध्य साधनाय, ह्रीं सकल आकर्षणाय, ऐं वाक्प्रदाय, क्लीं जगत्रय वशीकरणाय, सौः सर्वमनः संक्षोभणाय, श्रीं महा सम्पत्प्रदाय, ग्लौं वशीकुरु वशीकुरु, वौषट् आकर्षय आकर्षय, हुं विद्वेषय विद्वेषय, फट् उच्छाटय उच्छाटय, ठः ठः स्तंभय मारय मारय, नमः संपन्नाय नमः संपन्नाय, स्वाहा पोषय पोषय, चित्तं दोषय दोषय, दारिद्रयं विद्रावय पोषय, पर मन्त्र यन्त्र तन्त्राणि छिन्धि छिन्धि, ग्रहान् निवारय निवारय, व्याधीन् नाशय नाशय, दुःखं हर हर, चित्तं तोषय तोषय, सर्वमन्त्र स्वरूपाय, सर्वयन्त्र स्वरूपाय, सर्वतन्त्र स्वरूपाय, ॐ नमो योगिने महासिद्धिदाय स्वाहा

*****

தொகுப்பாசிரியரின் பிற நூல்கள்

http://ramamurthy.jaagruti.co.in/

#	Title	Pages	Publisher	Remarks
	Indology Related			
1.	*Śrī Lalitā Sahasranāmam*	753	CBH Publications	English translation of *Śrī Bhāskararāya's Bhāṣyam*
2.	Power of *Śrī Vidyā*	78		Results and effects of Sri Vidya upasana
3.	*Samatā*	176		An exposition of Similarities in *Lalitā Sahasranāma* with *Soundaryalaharī, Saptaśatī, Viṣṇu Sahasranāma* and *Śrīmad Bhagavad Gīta*
4.	*Advaita* in *Shākta*	80		Advaita dealt with in various Shakta related Books
5.	*Śrī Lalitā Triśatī*	176		300 divine names of the celestial Mother – **English** translation of *Śrī Ādhi Śaṅkara's Bhāṣyam*
6.	Secrets of *Mahāśakti*	88		Some hidden nuances and secrets of Shakti
7.	*Daśa Mahā Vidyā*	60	HH *Praṇavānunda Avadūta Saraswati Swamiji*, Ayyarmalai.	Ten cosmic forms of the Divine mother
8.	ஸ்ரீ வித்யா பேதங்கள்	60		Different stages of Srividya Upaasana
9.	ஸ்ரீ லலிதா திரிஶதி	234	HH *Rāmānanda Saraswati Swamiji*, Madurai	300 divine names of the celestial Mother – **Tamil** translation of *Śrī Ādhi Śaṅkara's Bhāṣyam*
10.	ஸ்ரீ குரு பாதுகா பூஜா விதானம்	44	Bhagavān Śīrdi Sāibaba Trust, Edapalli, Kunoor	The process of worshipping Guru Padukas
11.	ஸ்ரீ வித்யா ஶடாம்னாய மந்திரங்கள்	44		Various mantras relating to Sri Vidya upaasana
12.	ஷண்மத மந்திரங்கள்	150	Agni Trust, Anaimalai, Pollachi	Various important mantras relating to six sub-religions of Hinduism in Tamil
13.	*Vaidhīka* Wedding	48	Self	The complete process of typical vaidheeka wedding
14.	வைதீகத் திருமணம்	60		ஹிந்து வைதீகத் திருமண செயல்முறைகள்
15	*Ṣaṇmata Mantras* – षण्मत मन्त्रा:	88		Various important mantras relating to six sub-religions of Hinduism in English
16	*Śrīvidya* Variances	60		Different stages of Srividya Upaasana

17.	வேதங்கள் - நமது பொக்கிஷம்	280		வேதங்களைப் பற்றிய ஒரு பகுப்பாய்வு
18.	ஸ்ரீ **தேவீ** ஸ்துதிகள்	131		தேவி ஸ்தோத்திரங்கள்
19.	ஸ்ரீ மஹா ப்ரத்யங்கிரா **தேவீ**	60		Unknown facts and some myths about Pratyangira Devi
20.	*Śrī Mahā Pratyangirā Devī*	60		Unknown facts and some myths about Pratyangira Devi
21.	*Ṣaṇṇavati* (षण्णवति:) *Tarpaṇa*	42		Repaying the debts to the ancestors
22.	ஷண்ணவதி (षण्णवति:) தர்பணம்	52		முன்னோர் கடன் தீர்த்தல்
23.	பரமாச்சார்யாள் நோக்கில் ஸ்ரீலலிதாம்பிகா	175		ஸ்ரீ லலிதா ஸஹஸ்ரநாமாவில் சில பெயர்களைப் பற்றி ஸ்ரீ பெரியவாளின் விளக்கங்கள்.
24.	*Ekatā*	276	ORIGINALS, Delhi.	Oneness among Shiva, Vishnu and Shakti
25.	*Vedas* - An Analytical Perspective	260		An analysis of Vedas
Applied Samskrutam Based				
26.	*Paribhāṣā Stora*-s	96		An exploration of *Lalitā Sahasranāma*
27.	*Śrī Cakra*, An Esoteric Approach	64	CBH Publications	Mathematical Construction to draw *Śrī Cakra*
28.	Number System in Samskrutam	126		The number system used in earlier Sanskrit books
29.	*Vedic* Mathematics	160		30 Vedic Mathematics formulae elucidated
30.	Vedic IT	162	ORIGINALS, Delhi.	Information Technology and Samskrutam
IT Based				
31.	Orthogonal Array	178	ORIGINALS, Delhi	A Statistical Tool for Software Testing
Banking Based				
32.	Retail Banking	213		
33.	Corporate Banking	232	ORIGINALS, Delhi.	
34.	Dictionary of Financial Terms	215		

மேலும் பல புத்தகங்கள் வெளியீட்டில் உள்ளன. அவர் மேன்மேலும் தனது அனுபவத்தை மற்றவர்களுடன் பகிர்ந்து கொள்ள அவருக்கு அனைத்து தெய்வங்களின் மற்றும் ஸ்ரீ பெரியவாளின் பரிபூரண ஆசிகள் கிட்டுமாக.

ஓம் தத் ஸத் ॐ तत् सत्

*****

மேற்கோள் நூல்கள்

- *Śrīvidyā-Koṣa* ஆசிரியர் Prof. S. K. Ramachandra Rao
- பூஜ்யஸ்ரீ ப்ரணவானந்த ப்ரஹ்மேந்திர ஸரஸ்வதீ அவதூத ஸ்வாமிகளது பேச்சிலிருந்து தொடுக்கப் பட்ட குறிப்புகள்
- நன்மையளிக்கும் நன்மந்திரங்களும் அதன் பயன்களும் - Volume 1 - ஷண்மத மந்த்ர கோசம் ஸ்ரீ புவனேஸ்வரீ அவதூத வித்யா பீடம்
- நன்மையளிக்கும் நன்மந்திரங்களும் அதன் பயன்களும் Volume 2 - ஷண்மத மந்த்ர கோசம் ஸ்ரீ புவனேஸ்வரீ அவதூத வித்யா பீடம்

*****